வாசிப்பது எப்படி?

(பதின் பருவத்தினருக்கான வாசிப்பு வழிகாட்டி)

வாசிப்பது எப்படி?

(பதின் பருவத்தினருக்கான வாசிப்பு வழிகாட்டி)

செல்வேந்திரன்

வாசிப்பது எப்படி?
vaasipadhu eppadi © Selventhiran

First Edition by Ezutthu Prachuram: July 2020
Second Reprint : January 2021
(An imprint of Zero Degree Publishing)
ISBN: 978 93 88860 85 7
Title No. EP: 128

Zero Degree Publishing
No. 55(7), R Block, 6th Avenue,
Anna Nagar,
Chennai - 600 040

Website : www.zerodegreepublishing.com
E Mail : zerodegreepublishing@gmail.com
Phone : 98400 65000

Cover Art : Santhosh Narayanan
Layout: Creative Studio

பவா. செல்லத்துரைக்கு பணிவன்புடன்

முயலைப் பிடிக்க நினைத்தால் அதன் பின்னால் ஓடாதே...
முயல் எங்கே ஓடும் எனக் கணித்து அங்கே காத்திரு!

- ஓர் ஆப்பிரிக்கப் பழமொழி

உள்ளே

முன்னுரை

இந்நூலின் நோக்கம் அறிவுரை சொல்வதோ, மூடர்களே ஏன் இப்படி இருக்கிறீர்கள் என வசைபாடுவதோ அல்ல. பொங்கலைத் தின்று பொங்கியெழு என அறைகூவல் விடுப்பதும் அல்ல. வாசிப்புப் பழக்கம் குறைந்துபோனதன் தரவீழ்ச்சியை நாம் வாழ்க்கைத் தரத்தில், சிந்தனைத்துறையில், அறிவியலில், தொழில்துறையில், கல்வித்துறையில், சினிமாவில், அரசியலில், நிர்வாகத்தில், கலைகளில் அன்றாடம் எதிர்கொள்கிறோம். அந்த வகையில் இஃதொரு தேசியப் பிரச்சனை. அனைவருமே சேர்ந்து இதன் வேர்களை ஆராய வேண்டுமென்று விரும்புகிறேன். அனுபவத்தின் வழியாகக் கண்டடைந்த சில கோணங்களை இங்கு முன்வைக்கிறேன். எனக்குப் பலனளித்த சில வழிமுறைகளைப் பகிர்ந்துகொள்கிறேன். இதை வாசிக்கிற ஒருவர் என்னோடு முரண்படும் புள்ளிகள் சிறந்த விவாதங்களுக்கு வழிவகுக்கும் என நம்புகிறேன்.

இந்த நூலில் இளைஞன், மாணவன் என்று குறிப்பிடப்படுவது பெண்களையும் உள்ளடக்கிய பலர்பால் அர்த்தத்தில்தான். வாசிப்பு தொடர்பான விரிவான சித்திரத்தை அளிக்கும் பொருட்டு இந்தப் புத்தகம் விரித்து எழுதப்பட்டுள்ளது. அது என் இயல்பிற்கே முரணானது. தவிர நூல் முழுவதும் ஒரே விஷயத்தைப் பேசுவதால் கூறுவது கூறல் எனும் மனத்தோற்றத்தை உருவாக்கக்கூடும். வாசிக்கையில் சலிப்பு தட்டும். 'ஜாலி'யான நடையில் எழுதப்படக்கூடாத விஷயங்கள். முழுதாகப் படிக்கும் பொறுமை இல்லாதவர்கள் குறைந்தபட்சம் 'வாசிப்பதால் கிடைக்கும் பொருளாதார அனுகூலங்கள்' மற்றும் 'மேம்படுத்த

சில வழிகள்’ ஆகிய இரு அத்தியாயங்களையாவது முழுதாகப் படிக்க வேண்டுமெனக் கோருகிறேன்.

இந்த நூல் கண்டுகொள்ளப்படாமல் போவதற்குரிய அத்தனைச் சாத்தியங்களும் உண்டு. இந்நூல் யாரை குறிவைத்து எழுதப்பட்டிருக்கிறதோ அவர்கள் பல தளைகளால் கட்டப்பட்டவர்கள். தங்கள் பிள்ளைகள் மீது கொஞ்சமேனும் அக்கறை கொண்ட பெற்றோர்கள் இந்த நூலை அவர்களுக்கு வாசித்துக்காட்டி விவாதிக்கலாம். மாணவர்கள் நலனில் அக்கறையுள்ள ஆசிரியர்கள் இந்த நூலின் மீது ஒரு கூட்டு வாசிப்பை உருவாக்கலாம்.

கொரோனா தினங்களில் ஊரே பதைப்பில் கிடக்க நான் இப்புத்தகத்தை எவ்வித சஞ்சலமும் இடையூறுகளும் இன்றி எழுதக் காரணமாக இருந்த திருக்குறளரசிக்கும், நூலினை மெய்ப்புப் பார்த்து திருத்திய நண்பர் ஶ்ரீநிவாச கோபாலனுக்கும், அட்டைப்படத்தால் நூலுக்கு அணி செய்த சந்தோஷ் நாராயணனுக்கும் என்னுடைய மனப்பூர்வமான நன்றி.

நவீன தமிழிலக்கியத்தின் வளமிக்க படைப்புகளை வெகுமக்கள் மத்தியில் கொண்டு சேர்க்கும் இலக்கிய அப்போஸ்தலர் பவா. செல்லத்துரைக்கு இந்நூல் சமர்ப்பணம்.

செல்வேந்திரன்
k.selventhiran@gmail.com

ஏன் இந்தப் புத்தகம்?

'ஈரோடு வாசிப்பு இயக்கம்' சமீபத்தில் கல்லூரி மாணவர்களுக்கான பேச்சுப்போட்டியை அறிவித்திருந்தது. மாற்று மேடைக்கான பேச்சுப்போட்டி. வழக்கமான போட்டிகளைப் போன்றதல்ல இது. சில பிரத்யேக விதிமுறைகள் உண்டு. எதுகை மோனை அடுக்குமொழி அலங்காரங்களுக்கு அனுமதி இல்லை. மிகையான உணர்ச்சிப் பிளிறல்கள் கூடாது. இப்படித்தாங்க அன்னைக்கி ஒருநாள் என பட்டிமன்ற மேடைகளில் அவிழ்க்கப்படும் புளித்த ஜோக்குகளை உதிர்க்கக்கூடாது. 'ஒரு புள்ளிவிபரம் சொல்கிறது' போன்ற 'அடிச்சி ஓட்டுறா ஓம்பாட்டுக்கு' வகையரா தரவுகளைச் சொல்லக்கூடாது.

என்ன பேசலாம்? பேச்சுக்கு வாசிப்பே அடிப்படை எனும் இலக்கை நோக்கி நடத்தப்படும் போட்டி. ஆகவே ஏதேனும் ஒரு புத்தகத்தையாவது வாசித்துவிட்டு அதன் மையக்கருத்தைப் பற்றி பேசலாம். ஏதேனும் ஒரு இஸம் (கருத்தியல்) பற்றி பேசலாம். கம்யூனிஸம், கேபிடலிஸம் போல. ஏதேனும் ஒரு சிந்தனையைப் பற்றி பேசலாம். உதாரணமாக பெண்ணியம் போல. அல்லது தானே யோசித்து உருவாக்கிய ஒரு சிந்தனையை முன்வைக்கலாம். 10 நிமிடங்கள் பேசினால் போதும். முதல் பரிசு இருபதாயிரம் ரூபாய்.

சற்று கடினமான விதிமுறைகள்தான். இவற்றை கல்லூரி ஆசிரியர்களிடம் விளக்குவதே சிரமம். சவால்களை மீறி போட்டியில் கலந்துகொண்டு இறுதிச்சுற்று வரை வந்த மாணவர்களில் ஒருவர் முகமது இஸ்மாயில். அவரை போட்டியின் நடுவர்கள் நேர்காணல் கண்டபோது கேட்கப்பட்ட கேள்விகளுக்கு அவர்

சொன்ன பதில்களை இங்கே தொகுத்து அளிக்கிறேன். நடுவர்களாக இருந்தவர்கள் தீவிர இலக்கிய வாசகர்களான வழக்கறிஞர் கிருஷ்ணன், மொழிபெயர்ப்பாளர் பாரி மற்றும் மணவாளன் ஆகியோர்.

எடப்பாடி பழனிச்சாமி என்பவரை இஸ்மாயில் கேள்விப் பட்டிருக்கிறார். அவர்தான் தமிழக முதல்வர் என்பது தெரியாது. திருமாவளவன் யார் என்ற கேள்விக்கு ஒருமுறை தமிழக முதல்வராக இருந்தவர் என்பது பதில். ஜெயலலிதாவும் எம்ஜிஆரும் இந்தியாவின் பிரதமர்களாக இருந்துள்ளார்கள். என்.ஆர்.சி. என்றால் தெரியாது. ஏனெனில் எங்கள் கல்லூரியில் என்.சி.சி. மட்டும்தாம் உண்டு. விக்ரம் என்றொரு சினிமா நடிகர் இருப்பது தெரியாது. எனக்குத் தெரிந்தவர்கள் ரஜினி, கமல், விஜய், அஜித். அவதார் ஆங்கிலப் படத்தைப் பற்றி கேள்விப்பட்டதுகூட இல்லை. சீமான் டிவியில் பேசுகிறவர் என்றுதான் நினைத்திருந்தேன். அவர் ஒரு கட்சி வைத்திருக்கிறார் என்பது தெரியாது. உள்ளாட்சித் தேர்தலில் வென்றவர்கள் மும்பையில் இருக்கும் பாராளுமன்றத்திற்குச் செல்வார்கள். உள்ளாட்சித் தேர்தலில் வாக்களித்த சின்னம் மட்டும்தான் தெரியும், வாக்காளர் பெயரோ அவரைப் பற்றிய விபரங்களோ தெரியாது.

கொதித்துப் போயினர் நடுவர்கள். பரிசுத்தொகையை குப்பையில் கூட போடுவோம். ஆனால் தந்தி பேப்பர் கூட படிக்காத உனக்குத் தரமாட்டோம் என கொந்தளித்தனர். அவர்களுக்கு இதையெல்லாம் விட பெரிய ஆச்சரியங்கள் காத்திருந்தன. அதைப் பற்றி பேசுவதற்கு முன்பு உங்களிடம் ஒன்று கேட்கிறேன். இதை வாசிக்கும் நீங்கள் மேற்படி சம்பவத்தை நம்பவில்லைதானே? எடப்பாடி பழனிச்சாமிதான் முதல்வர் என்பதுகூட தெரியாது என்பதெல்லாம் ரொம்ப ஓவரா அடிச்சு விடறா மாதிரி இருக்கு என்றுதானே நினைக்கிறீர்கள். சரி. உங்களிடம் இரண்டு கேள்விகள் கேட்கிறேன். பதில் தெரிகிறதாவென பாருங்கள். இதே கேள்விகளை உங்கள் வகுப்புத் தோழர், உறவினர்கள், ஆசிரியர்கள், பெற்றோர்களிடம் கேட்டுப்பாருங்கள். ஒரு சமூகமாக நாம் எங்கே இருக்கிறோம் என்பது புரியும்.

தமிழக ஆளுநரின் பெயர் என்ன? இந்திய ஜனாதிபதியின் பெயர் என்ன?

நம்பினால் நம்புங்கள். சில நாட்களுக்கு முன்பு இந்த இரு கேள்விகளையும் தமிழக இளைஞர்கள், ஆசிரியர்கள், கல்லூரிப்

பேராசிரியர்கள் எனப் பலரிடம் கேட்டோம். 75 சதமான பேர்களுக்கு ஆளுநர் என்றொரு பதவி இருப்பதே தெரியாது. 95 சதமான பேர்கள் அப்துல் கலாமிற்குப் பின் ஜனாதிபதி பதவி காலியாகவே இருக்கிறது, இன்னும் நிரப்பப்படவில்லை என்கிறார்கள்.

அக்காலத்தில் வீட்டிற்குச் சொந்தக்காரர்கள் வந்தால், சிறுவர் சிறுமிகளின் அறிவைச் சோதிக்கக் கேட்கும் குறைந்தபட்ச கேள்விகள்தான் மேற்கண்டவை. மூன்றாம் வகுப்பு மாணவனுக்குத் தெரிந்திருக்கவேண்டிய ஒன்று. பல பத்தாயிரம் சம்பளம் வாங்கும் பேராசிரியர்களுக்கே தெரியவில்லை. 'ஹவ் டூ ஐ நோ'–தான்.

இப்போது இஸ்மாயில் தம்பியிடம் வருவோம். வெகுவாக வசைபாடிய கிருஷ்ணனிடம் அந்தத் தம்பி சொன்னார், "சார் நானாவது இவ்வளவு விதிமுறைகளைப் படித்து தெரிந்துகொண்டு இந்தப் போட்டியில் கலந்துகொண்டு இறுதி வரை வந்திருக்கிறேன். நீங்கள் என்னிடம் கேட்ட கேள்வியை என் கல்லூரியில் வந்து கேட்டால் இதைவிட கேவலமான பதில்களையே நீங்கள் பெற முடியும்" என்றார். கூடுதலாக இரண்டு சம்பவங்களைச் சொன்னார்.

அவர் பயிலும் கல்லூரியின் வாலிபால் அணி தேசிய அளவில் நடைபெறும் போட்டியின் இறுதிச்சுற்றுக்குத் தகுதி பெற்றது. சென்னையில் இறுதிப்போட்டி. மாணவர்களின் சிறப்பான வெற்றியில் அகம் மகிழ்ந்த கல்லூரி நிர்வாகம் சென்னைக்குச் சென்று விளையாட ரயிலில் முதல் வகுப்புப் பெட்டியில் டிக்கெட் முன்பதிவு செய்து கொடுத்தது. கிளம்பும் நாளன்று முதல்வர் அறை வாசலில் வாலிபால் அணியினர் ஏக கதறல். ஒரு ஆசிரியரையாவது எங்களுடன் அனுப்பி வையுங்கள். நாங்கள் எங்கள் வாழ்க்கையில் ரயிலில் தனியாகப் பயணம் செய்ததே இல்லை. பிளாட்ஃபார்ம் பார்ப்பதோ, ரயிலின் பெயரை சரிபார்த்து உரிய இருக்கைக்குள் ஏறி அமர்வதோ இயலாத காரியம் என ஒரே பிலாக்கணம்.

இஸ்மாயில் சொன்ன இன்னொரு விஷயம் கூடுதல் அதிர்ச்சியளித்தது. எங்களுள் சிலர் மலையாளிகள். பொதுவாக இவர்களுக்கு கல்லூரியின் ஹாஸ்டல் வசதிகள் ஒவ்வாது. நான்கைந்து பேர் சேர்ந்து வெளியே அறை எடுத்துத் தங்கியிருப்பார்கள். ஒருவருக்கு உடல் சரியில்லை என்றால் குறைந்தபட்சம் இரண்டு பேர் அறையில் அவருக்குக் காவல் இருக்கவேண்டும். இல்லையெனில் அவர் தொலைந்துவிடுவார். அவர்களுக்கு அறையில் இருந்து காலேஜ், ஹோட்டல், தியேட்டர் இவற்றுக்கு மட்டும்தான் சென்றுவரத்

தெரியும். கையில் இருக்கும் கூகிள் மேப்பை கூட பயன்படுத்தத் திணறுவார்கள் என்றார். நான் வாழும் அடுக்ககத்தில் குடியிருக்கும் சில கல்லூரி மாணவர்களிடம் இதைப் பற்றிக் கேட்டபோது அப்படி தொலைந்துபோய் இரண்டு நாட்கள் கழித்து மீட்டவர்களைப் பற்றிச் சொன்னார்கள். வியப்பாக இருந்தது.

இப்போது என் சொந்த அனுபவம். விஷ்ணுபுரம் விருது விழா என ஒவ்வொரு ஆண்டும் கோவையில் ஒரு இலக்கிய விழா நடைபெறும். இரண்டு நாட்கள் பல்வேறு எழுத்தாளர்கள் கலந்துகொண்டு உலகம் முழுக்க இருந்து வரும் வாசகர்களிடம் உரையாடுவார்கள். நான் விழா ஏற்பாட்டாளர்களுள் ஒருவன். கோவையின் மிகப்பிரபலமான கல்லூரியில் எம்.பி.ஏ. பயிலும் சரவணன் 'ஈவெண்ட் மானேஜ்மெண்ட்' கற்றுக்கொள்ளும் ஆர்வத்தில் வாலண்டியராக இணைந்தார்.

ஒரு வெள்ளிக்கிழமை அன்று சரவணனை அழைத்து இருபது அழைப்பிதழ்களைக் கொடுத்து கூரியரில் அனுப்பும்படி பணித்தேன். இரண்டாயிரம் ரூபாய் பணம் கொடுத்து கூரியர் அலுவலகம் இருக்கும் இடத்தையும் குறிப்பிட்டு அனுப்பினேன். அனைத்தும் வெவ்வேறு ஊர்களில் இருந்து வரும் சிறப்பு விருந்தினர்களுக்கான அழைப்பிதழ்கள். வார இறுதி என்பதால் சரவணன் கூரியரில் அனுப்பிவிட்டு அப்படியே வீட்டிற்குச் சென்றுவிட்டார்.

திங்கட்கிழமை காலை மதுரையிலிருந்து விருதாளர் கவிஞர் அபி அழைத்தார். "செல்வேந்திரன் அழைப்பிதழ்கள் கிடைத்தன. மிக்க மகிழ்ச்சி. அவசியம் வந்துவிடுகிறேன். ஆனால் ஒரு சின்ன சந்தேகம். கூடவே 19 அழைப்பிதழ்கள் உள்ளன. அவற்றை நான் என்ன செய்யவேண்டும்" எனக்கு தூக்கிவாரிப் போட்டது.

நான் அவசர அவசரமாக சரவணனை அழைத்து விசாரித்தேன். "சார் ஒரு கூரியர் அனுப்ப 60 ரூபாய் சொன்னான். நான் ஒரு கவரை ஓபன் பண்ணி அதற்குள் மீத அழைப்பிதழ்களை வைத்து அனுப்பிட்டேன். ஆயிரத்து நூறு ரூபா மிச்சம் சார்" என்றான். "தம்பி ஒவ்வொரு கவரிலும் வெவ்வேறு முகவரிகள் இருந்ததே" என்றேன் கோபத்தை அடக்கிக்கொண்டு. "அப்படியா சார்... என்னமோ எழுதியிருந்துச்சி... நான் வாசிக்கலை சார்" என்றார் கூலாக. நான் திருநெல்வேலிக்காரன். ஏனைய ஜில்லாவை விட இங்கே கால்படி கெட்ட வார்த்தைகள் அதிகம். நாறக்கிழி ஊறக்கிழி கிழித்தேன். அப்போதும் அவர் மண்டையில் ஏறவில்லை. "ஐடியா பண்ணி காசை மிச்சம் பண்ணினால் அறிவில்லாம

திட்டறீங்களே சார்”

இன்னொரு அனுபவம், விடாமல் துரத்தி இண்டர்ன்ஷிப் கேட்டு நச்சரித்து பணியில் சேர்ந்தார் ஒரு முதுகலை மேலாண்மை மாணவர். ஆண்டிற்கு முப்பது லட்சம் செலவாகும் கல்லூரியில் பயில்கிறார். புத்தகத் திருவிழாவில் பங்கேற்க நுழைவுக்கட்டணத்தை வரைவோலையாகச் (டிடி) செலுத்தவேண்டும். பத்தாயிரம் பணம் கொடுத்து வங்கிக்கு அனுப்பி வைத்தோம். மாலை வரை ஆளைக் காணவில்லை. போன் பல மணிநேரங்களாகத் தொடர்பு எல்லைக்கு வெளியே. காசை அடிச்சிட்டு ஓடிட்டானோ?! பதட்டமாகி துறைத்தலைவருக்கு போன் அடித்தேன். “சார் பயப்படாதீங்க. உங்க பணம் இங்கே பத்திரமா இருக்கு.” விஷயம் இதுதான். வங்கியில் போய் ஒரு வரைவோலை எடுக்க அச்சம். அங்கே யாரிடம் விசாரிப்பது என்று பயந்து பணத்தை காலேஜில் கொடுத்துவிட்டு ஓடிவிட்டார் அந்த எதிர்கால மேலாளர்.

உதாரண சம்பவங்கள் போதும் என நினைக்கிறேன். என் தொழில் வாழ்க்கையிலிருந்து நான் அன்றாடம் பெற்றுக்கொள்ளும் உதாரணங்கள் அறிவுடையோருக்கு சிரிப்பையும் அச்சத்தையும் வெறுப்பையும் ஒருசேர உருவாக்குபவை. நாலெட்ஜ், காமன்சென்ஸ், சென்சிபிளிட்டி என்பவை வெறும் சொற்களாகப் போய்விட்டதோ எனும் ஐயத்தை நாளும் இம்மாதிரி இளைஞர்கள் எனக்கு ஊட்டிக்கொண்டே இருக்கிறார்கள். மொத்தத் தமிழகமும் அறிவுக்கெதிரான பெரும் இருளுக்குள் இருக்கிறதா? எதன் பொருட்டு இத்தனை ஊடகங்கள்? எதற்காக இத்தனை எழுத்தாளர்கள்? ஏன் இவ்வளவு புத்தகங்கள்? விவாதங்கள்? கருத்தரங்கங்கள்? அமைப்புகள்?

தமிழக மாணவர்களின் அடிப்படை அறிவை சோதிப்பதற்காக ஒரு எளிய ஸ்கீரினிங் டெஸ்ட் மாநில அளவில் நடத்தப்பட்டால் நாம் அதிர்ச்சியடையக்கூடிய பல உண்மைகள் தெரியவரும். இதில் நகரம், சிற்றூர், சிறிய கல்லூரி, ப்ரீமியம் கல்லூரி என்றெல்லாம் பாகுபாடுகள் இல்லை. அரிதினும் அரிதான அறிவு முத்துக்கள் கல்லூரிக்கு இருபது பேர் இருப்பார்கள். அவர்களின் நிழலுக்குள் இந்தக் கூவைகள் ஒளிந்து மறைந்து காலந்தள்ளிவிடுகின்றன.

கடந்த நான்காண்டுகளில் தென் மாவட்டங்களிலும் கொங்கு மண்டலத்திலும் சுமார் 30 பள்ளிகள், 90 கல்லூரிகளில் பயிலும் சுமார் அறுபதாயிரம் மாணவர்களிடம் உரையாற்றியுள்ளேன். வாசிப்பது பற்றிய உரைகளுக்காகத் தொடர்ச்சியாக பல நூல்களை

படித்தேன். இளைஞர்களை வாசிக்கச் செய்ய முயற்சி எடுத்துவரும் அமைப்புகள், அறிஞர்கள், நூலகர்கள், எழுத்தாளர்களோடு தொடர்ந்து இணைந்து செயல்பட்டு வருகிறேன். இந்தப் பயணத்தில் நான் கற்றுக்கொண்டவற்றை மாணவர்களோடு பகிர்ந்துகொள்ளும் பொருட்டே இந்நூல்.

நான் ஏன் வாசிப்பு இவாஞ்சலீஸ்ட் ஆனேன்?

சரி உனக்கேன் இந்த அக்கறை என்று பராசக்தி பாணியில் கேட்பீர்கள்தானே?

நான் சாத்தான்குளம் எனும் சிற்றூரில் பிறந்து வளர்ந்தேன். வறுமை காரணமாக பத்தாம் வகுப்பிற்கு மேல் கல்வியைத் தொடர இயலவில்லை. இளமையிலேயே தாயைப் பறிகொடுத்தேன். பெரும் மன உளைச்சலில் திரிந்தேன். இலக்கியம் வழியாகவே என்னை மீட்டெடுத்துக்கொண்டேன். நாளிதழ் வழியாக 18 வயதைப் பூர்த்தியடைந்தவர்கள் திறந்தவெளி பல்கலைக்கழகத்தில் பட்டம் பெற முடியும் எனத் தெரிந்துகொண்டேன். பாடத்திட்டத்தை வி மேலதிக வாசிப்பு இருந்ததால், முதல் வகுப்பில் தேர்ச்சி பெற்றேன். பத்து பைசா பயிற்சி கட்டணம் செலுத்தாமல் சட்டக்கல்லூரி நுழைவுத்தேர்வில் சிறப்பான மதிப்பெண்கள் பெற்றேன். தொடர்ந்து படிக்க வசதி இல்லை. வேலை தேடினேன். நாளிதழ் விளம்பரம் பார்த்து கோவையில் ஒரு ஸ்டேசனரி நிறுவனத்திற்கு விண்ணப்பித்தேன். நேர்காணலுக்கு வந்த அறுபது பேரில் எனக்கு வேலை கிடைத்தது. வாசிப்பை விடவில்லை. ஆனந்த விகடனில் ஒப்பந்த அடிப்படையில் வேலை என நாளிதழில் கண்டேன். நேர்காணலில் நூறு பேர். நான் ஒருவனே அங்கு வாசகன். வேலை கிடைத்தது. முந்தையதை விட பெரிய சம்பளம். தொடர்ச்சியான வாசிப்பு அந்நிறுவனத்தில் நல்ல பெயரையும் சிறந்த சம்பளத்தையும் உருவாக்கியது. பிறகு, தி ஹிண்டுவில் வேலைவாய்ப்பிருக்கிறது என நாளிதழில் கண்டு விண்ணப்பித்தேன்.

பத்தாண்டுகளாக நல்ல சம்பளத்தில் கௌரவமான வேலை. ரஸல் அல் கைமா எனும் வளைகுடா நாடு இந்திய நிறுவனத்தோடு சேர்ந்து 'லக்ஸூரி' வீடுகளைக் கட்டி விற்கிறது எனும் செய்தியை வாசித்தேன். அறிமுகச் சலுகையாக அந்நிறுவனம் முதலில் வரும் சிலருக்கு பாதி விலைக்கு வீடுகளைக் கொடுத்தது. வீடு வாங்கிக்கொண்டேன். தொடர்ச்சியான வாசிப்பு எழுதச் செய்தது. இணையத்தில் எழுதினேன். பத்திரிகைகளில் எழுதினேன். புத்தகங்கள் வெளியாகின. மேடை உரைகள். பரிசுகள். விருதுகள். அங்கீகாரங்கள். அறிவுஜீவி நண்பர்கள். கலைஞர்களோடு உறவு. உலகளாவிய தொடர்பு. இன்று நான் வாழும் இந்த அற்புதமான வாழ்க்கை வாசிப்பு எனக்கு ஈந்த ஈகை. அதன் கருணை நிழலில் என் பிள்ளைகள் செழித்து வளர்கிறார்கள். சுருக்கமாக இப்படிச் சொல்கிறேன்.

வாசிப்பு துக்கத்திலிருந்து என்னை விடுவித்தது. வறுமை யிலிருந்து மீட்டது. மேம்பட்ட மனிதனாக்கியது. எங்கும் எதற்கும் அடிமையாகாத சுதந்திர மனிதனாக மாற்றியது. ரசனையை மேம்படுத்தியது. சமூகப்பொறுப்பு மிக்கவனாக்கியது. உலக மனிதனாக மாற்றிற்று. எழுத்தாளனாக்கியது. பேச்சாளனாக்கியது. சிறந்த குடும்ப மனிதனாக ஆக்கிற்று.

திருவண்ணாமலையில் பவா. செல்லத்துரை என்றொரு புகழ் மிக்க எழுத்தாளர் இருக்கிறார். நவீன இலக்கியத்தின் மிகச் சிறந்த படைப்புகளைப் பாமரரும் உய்த்துணரும் வண்ணம் கதைகள் சொல்கிறார். யூட்யூபில் அவரது உரைகள் மிக பிரபலம். அவரது குடும்பத்தில் எல்லோருமே இலக்கியவாதிகள். ஒருமுறை அவர்களது பத்தாயத்தில் நிகழ்ந்த நூல் வெளியீட்டு விழாவிற்குச் சென்றிருந்தேன். பவாவின் குடும்பத்தைச் சேர்ந்த மொழிபெயர்ப்பாளர் சுகானா. அப்போது பொறியியல் கல்லூரி மாணவி. அவர் மொழிபெயர்த்த நூல் வெளியிடப்பட்டது. ஏற்புரையில் சுகானா, "என்னுடைய கல்லூரி காலம் முழுவதும் எனது சக மாணவர்களுக்கு இலக்கியத்தையும் புத்தகங்களையும் அறிமுகப்படுத்த முயற்சித்துக்கொண்டே இருந்தேன். ஆனால், என்னால் ஒரு மாணவரைக்கூட புத்தகங்களை நோக்கித் திருப்ப முடியவில்லை. தோல்விதான். ஆனாலும், இலக்கியத்தால் பயன்பெறுபவர்கள் ஒவ்வொருவரிடமும் நான் வைக்கும் கோரிக்கை இதுதான். வெற்றி தோல்விகளை எதிர்பாராமல் வாசிப்பைப் பரப்பிக்கொண்டே இருங்கள். அது ஒன்றே புத்தகங்களுக்கு நாம் செய்யும் சிறந்த பதில் மரியாதை" என்றார்.

ஒரு சமூகத்தில் அனைத்து தரப்பினருமே இலக்கிய வாசகர்களாக இருக்கவேண்டுமென்பது அவசியம் இல்லை. சாத்தியமும் இல்லை. ஆனால், புத்தக வாசிப்பு எதற்கும் உதவாத பயனற்ற விஷயம் என சமூகத்தில் 99 சதமான பேர் நினைப்பதும் புறக்கணிப்பதும் எப்படிப்பட்ட இருளுக்குள் இந்தத் தேசத்தை இட்டுச்செல்லும்?

தான் வாழும் உலகைப் பற்றி, தன்னைச் சுற்றி நிகழ்வன பற்றி, திணிக்கப்படும் அரசியலைப் பற்றி, யார் முடிவெடுக்கிறார்கள், யார் பலன் பெறுகிறார்கள், ஏன் இப்படி நிகழ்கிறது, நம்முடைய பங்களிப்பு என்ன, நாம் செய்யக்கூடாதவை எவை என எதைப்பற்றியும் ஒரு துளி அறிவில்லாதவர்களை வைத்துக்கொண்டு இந்தச் சமூகம் எந்தப் பாதையில் பயணிக்கும்?

எனக்குக் கிடைத்ததைவிட சிறந்தவை என் பிள்ளைகளுக்குக் கிடைக்க வேண்டுமென நினைக்கிறேன். என் தம்பி தங்கைகளுக்கு மருமகனுக்கு மச்சானுக்குக் கிடைக்க வேண்டுமென நினைக்கிறேன். முற்றிலும் பிலிஸ்டினாக இருளை நோக்கி நகர்ந்துகொண்டிருக்கும் இந்தச் சூழலை முடிந்த மட்டும் மாற்றியாக வேண்டும். நாளை என் பிள்ளைகள் அச்சமற்ற பண்பாடு மிக்க சிறந்த நிர்வாகமுள்ள சூழலைச் சீரழிக்காத உலகில் சுதந்திரமாக வாழவேண்டும் எனும் பேராசை. அதற்கு எனக்குத் தெரிந்ததும், நாம் நம்புவதும், என்னால் இயன்றதுமான முயற்சிகள்தான் என்னை இவாஞ்சலீஸ்டாக மாற்றியது. மேடைதோறும் நெஞ்சடைக்க கூவச் செய்கிறது.

தமிழகம் மட்டும்தான் இப்படி உள்ளதா?

உலகிலேயே மிக அதிகம் வாசிக்கும் நாடு எது? அமெரிக்காவோ, இங்கிலாந்தோ, ஜப்பானோ, சீனாவோ அல்ல. இந்தியாதான் மிக அதிகம் வாசிக்கும் நாடு. சராசரி இந்தியர்கள் ஒரு வாரத்திற்கு சுமார் 10 மணி 45 நிமிடங்கள் வாசிக்கிறார்கள் என்பது சர்வதேச அளவிலான புள்ளிவிபரம். ஆனால், இந்தப் பெருமைக்குள் கல்லூரி இளைஞர்கள், பள்ளி மாணவர்கள் பங்களிப்பு என்ன விகிதம் என்பதைக் கண்டுகொள்ள ஆய்வுகள் நம்மிடம் இல்லை. கொலாஸ்டிக் நிறுவனம் நாட்டின் சில பகுதிகளில் நிகழ்த்திய ஆய்வுகள் நகர்ப்புறத்தைவிட கிராமப்புற பள்ளி மாணவர்கள் சற்று கூடுதலாக வாசிக்கிறார்கள் என்கிறது. கல்லூரிகளைப் பொறுத்தவரை கடந்த நான்காண்டுகளில் நான் நேரடியாக மேற்கொண்ட கள ஆய்வில் 2 சதவீதத்திற்கும் குறைவான மாணவர்களே தங்களது பாடத்தைத் தாண்டி நாளிதழ்களோ அல்லது அன்றாடம் தொலைக்காட்சிச் செய்திகளோ பார்ப்பவர்கள். ஒரு சதவீதம் பேர்தான் வருடத்திற்கு ஒரு புத்தகமேனும் வாசிப்பவர்கள். ஒன்பதாம் வகுப்பிற்குப் பிறகு கல்லூரி வரை நான்காண்டுகளில் ஒரு புத்தகம்கூட வாசித்திராதவர்கள் என்னுடைய ஆய்வின் படி 90%–கும் அதிகம். கல்லூரி மாணவர்களுக்கு நூலக பீரியட் உண்டே. புத்தகங்கள் மாற்றினால் மதிப்பெண் புள்ளிகள் வழங்கப்படுகிறதே என்று நீங்கள் கேட்கலாம். தங்கள் பாடத்திற்கு வெளியே புத்தகங்களை அவர்கள் எடுத்து வாசிப்பதுண்டா என நூலகர்களிடம் விரிவாக ஆய்வுகள் நடத்தியுள்ளேன். அரிதினும் அரிது. ஜியோவின் வருகைக்கு முன்பு நிலைமை இவ்வளவு சீர்கேடு அடையவில்லை என்பது சில பேராசிரியர்களின் அனுமானமாக உள்ளது.

உலகின் முன்னணி பல்கலைக்கழகங்கள் வாசிப்புப் பழக்கம் பற்றி ஏராளமான ஆய்வுகளை மேற்கொண்டு வருகின்றன. அரசுகள் நிதி ஒதுக்கி முயற்சிக்கின்றன. உதாரணமாக, ஐக்கிய அரபு எமிரேட் வாசிப்பை அதிகரிப்பதற்கென்றே தனி மசோதாக்களை நிறைவேற்றி 100 மில்லியன் டாலர்களுக்கும் மேல் செலவு செய்கிறது. மார்ச் மாதத்தினை தேசிய வாசிப்பு வாரமாகச் செயல்படுத்துகிறது. ஷார்ஜா, துபை சர்வதேச புத்தகக் கண்காட்சிகள் அதன் விளைவே. எமிரேட் மாணவர்களுள் 80 சதவீதம் பேரும், பெரியவர்களில் 50 சதவீதம் பேரும் ஆண்டொன்றுக்கு 20 நூல்களையாவது வாசிப்பதை யு.ஏ.இ. அரசாங்கம் உறுதி செய்கிறது. எதனால் இத்தனை பாடுபடுகிறது? ‘கற்றறிந்த விழிப்புணர்வும் செயல்திறனும் கொண்ட குடிமக்களை உருவாக்கவும், எதிர்காலச் சந்ததியினரை பெருகிவரும் உலகின் சவால்களுக்கேற்ப சிறப்பாக செயல்படும் ஆளுமைத்திறன் கொண்டவர்களாகவும் அறிவு வலிமை மிக்கவர்களாகவும் உருவாக்கவும். தேசத்தின் அனைத்து குடிமக்களும் தங்களது அறிவை விசாலப்படுத்திக்கொள்ளவும், கலை பண்பாடு சார்ந்த விஷயங்களில் நுண்ணுணர்வைப் பெருக்கிக்கொள்ளவும் உள ஆரோக்கியத்தைப் பேணவும்’ இவற்றைச் செய்வதாக அந்த அரசு குறிப்பிடுகிறது. சிங்கப்பூர் அரசு கடந்த ஐம்பதாண்டுகளில் உலகளாவிய தொழில்நுட்பப் பாய்ச்சலில், அறிவியலில், சிந்தனையில், தத்துவத்தில், கலையில், சினிமாவில் இன்னபிற துறைகளில் சிங்கப்பூர் குடிமகனின் சாதனை என்ன, பங்களிப்பு என்ன என யோசிக்கிறது. தேக்கநிலைக்குக் காரணம் என்ன என உலகளாவிய அறிஞர்களை வரவழைத்து கருத்து கேட்கிறது. வாசிப்பு குறைவுபட்டுப்போனதும் கலை இலக்கிய விஷயங்களில் ஆர்வமிழந்ததும் கிரியேட்டிவிட்டி குன்றிப்போனதும் காரணம் எனும் அறிவுரைகளைக் கேட்டு கல்வியில் பல மாற்றங்களைச் செய்திருக்கிறது. சுருக்கமாகச் சொன்னால் கொரோனா வைரஸைப் போலவே இதுவும் ஓர் உலகளாவிய பிரச்சனைதான். அனைவருக்குமான பிரச்சனை. ஆகவே இதற்கான தீர்வுகளையும் நாம் அனைவரும் சேர்ந்தே யோசிக்கவேண்டும்.

எது உண்மையான சமூக இழிவு?

நீங்கள் உடனே அகற்ற விரும்பும் சமூக இழிவு எது என்று கேட்டால், தீண்டாமை, மூடநம்பிக்கை, மதவெறி, இனவெறி, ஊழல், பெண்ணடிமை, பாலியல் கொடுமை, சினிமா மோகம், போதைப் பழக்கம், குடும்ப வன்முறை, குழந்தைத் தொழிலாளர், மோசமான நிர்வாகம், இயற்கை வளங்களைச் சூறையாடுதல் என அவரவர் கருத்திற்கேற்ப ஒன்றைச் சொல்லுவோம். ஆனால், இத்தனை இழிவுக்கும் மேல் சிம்மாசனம் போட்டு அமர்ந்திருக்கும் இழிவு என்பது அறிவுக்குறைபாடு. வாசிக்காதிருப்பது எனும் மாபெரும் சமூக இழிவு பெற்றுப்போட்ட சிறு சிறு குழந்தைகள்தான் மற்றவைகள்.

யோசித்துப் பாருங்கள். பெரியாரையும் அம்பேத்காரையும் காந்தியையும் வாசித்த ஒருவன் முதன்மையாகத் துறப்பது சாதிய அடையாளத்தைத்தான். ஒரேயொரு சூழியல் நூலை வாசித்துவிட்டவன் வனப்பகுதியில் பீர் பாட்டிலை உடைத்து வீசமாட்டான். பேரிலக்கியங்களை வாசித்த ஒருவன் ஒருபோதும் தன்னை குறுகிய தேசியவாதத்தில் இன அரசியலில் அடையாளப்படுத்திக்கொள்ளமாட்டான். சிற்பங்களைப் பற்றிய ஒரேயொரு கட்டுரை வாசித்தவன் கூட குகை ஓவியங்களின் மீது ‘ஜூலி ஐ லவ்யூ’ எனக் கிறுக்க மாட்டான். இந்த உலகைச் செதுக்கிய வரலாற்று நாயகர்களின் வாழ்க்கை வரலாற்றை வாசித்துவிட்ட ஒருவனால் நடிகனின் கட்அவுட்டிற்குப் பால் அபிஷேகம் செய்ய முடியாது. நமது அறிதல் முறைகளை, தத்துவங்களை வாசித்துவிட்ட ஒருவன் ஒருபோதும் ஒரு கார்ப்பரேட் சாமியாரின் காலடியில் பணத்தைக் கொட்டமாட்டான். அரசியல் நூல்களை வாசித்த

ஒருவன் இந்த ஜனநாயகத்திற்கு தேசம் கொடுத்திருக்கிற விலை என்ன என்பதறிவான். இந்தக் கட்டுமானம் சிதைக்கப்படாமல் இருப்பதற்கு தன்னால் இயன்ற பங்களிப்பைச் செய்வான்.

உண்மையான சமூக இழிவு என்பது அறியாமையே. மனிதன் பண்பட, இன்னும் மேம்பட்டவனாக மாற, தான் வாழும் பூமியைக் காப்பாற்றி அடுத்த தலைமுறைக்கு கையளிக்க அவன் வாசித்தே ஆகவேண்டும்.

ஏன் வாசிக்க வேண்டும்?

கல்லூரி மாணவர்களிடம் உரையாடும்போது, "சார் நான் வாசிக்கறதில்ல... ஆனால் நல்லாத்தானே இருக்கிறேன். வேளாவேளைக்கு சாப்பாடு கிடைக்குது. நல்ல டிரெஸ் இருக்குது. பைக் இருக்குது. போன் இருக்குது. காலேஜூக்கு வாரேன். நண்பர்களோட ஜாலியா இருக்கிறேன். பப்ஜி விளையாடறேன். டிக்டாக் பண்றேன். நான் சந்தோசமாகத்தானே இருக்கிறேன்... இதில் உங்களுக்கென்ன பிரச்சனை..." இப்படி சொல்பவர்கள் பெரும்பாலும் 'சிங்கிள் சைல்டு' எனும் ஒற்றைக் குழந்தையாக இருப்பார்கள்.

இருபது வயது வரை சோறு போட்டு காப்பாற்றிய என் பெற்றோர் 40 வயது வரை காப்பாற்ற மாட்டார்களா. அவர்கள் காலத்திற்குப் பிறகு அவர்கள் சேர்த்து வைத்த சொத்து – குறைந்தபட்சம் ஒரு வீடு என்றாலும் – அதை விற்று 60 வயது வரை ஆனந்தமாக வாழலாமே? வாழ்க்கை வாழ்வதற்கே சார். தேவையில்லாமல் அலட்டிக்கொள்ளக் கூடாது என்றும் என்னிடம் வாதிட்டவர்கள் உண்டு. சரிதான். நியாயமான வாதம்தான். ஆனால் நண்பர்களே, அறுபதாண்டுகள் கூமுட்டையாகவே வாழ்வது எவ்வளவு சிரமம் தெரியுமா? எத்தனை சபைகளில் தலையைக் கவிழ்ந்தபடி எங்கே என்னிடம் கேட்டுவிடுவானோ என உள்ளுக்குள் அஞ்சியபடி ஒடுங்கி வாழவேண்டும்? எங்கும் எதிலும் ஒரு பொருட்படுத்தப்படாத மனிதனாகவே வாழ்ந்து மடிவது எவ்வளவு பெரிய சாபம்? பெற்றோர் காப்பாற்றிக் கொடுத்த சொத்துக்களை கேனத்தனமாக இழந்தவர்கள் எத்தனை பேர்? ஒரு கேனையனை ஏமாற்றுவது எத்தனை எளிது தெரியுமா? இப்போதே

நீ எத்தனை விஷயங்களில் ஏமாந்துகொண்டிருக்கிறாய் தெரியுமா? நீ அணிந்திருக்கும் சட்டை ஏன் இரண்டாயிரம் ரூபாய் என என்றாவது யோசித்திருக்கிறாயா? நீ கட்டிய பணத்திற்குண்டான தரம் மிக்க உணவுதான் ஹாஸ்டலில் கிடைக்கிறதா? கையில் வைத்திருக்கும் செல்போன் – 500 கிராம்கூட எடையில்லாதது – எதற்கு லட்சம் ரூபாய்? உன்னுடைய பொருளாதார முடிவுகள் எல்லாம் பகுத்தறிவுக்கு உட்பட்டதுதானா? நீ ஓட்டும் பைக்கில் இனப்பெருமை பேசும் ஸ்டிக்கர் ஒட்டிவைத்திருக்கிறாயே, எவ்வளவு பெரிய கீழ்மை தெரியுமா? ட்வீட்டரில் ரசிகச் சண்டை போடுகிறாயே, எவ்வளவு கேவலமெனப் புரியுமா?

உன்னை நண்பா, நண்பி, ரத்தமே, ஒறவே என விளிக்கும் உன் கதாநாயகன் உன்னை தன் பிறந்தநாளையொட்டி நற்பணிகள் செய்யச் சொல்வான், ரத்ததானம் செய்யுங்கள் என்பான், தேர்தலில் மறக்காமல் ஓட்டுப் போடுங்கள் என்பான். மறந்தும் கூட உன்னை புத்தகம் வாசி என சொல்லமாட்டான். பேப்பர் வாசிக்கிறாயா என்று கேட்கமாட்டான். தன் வாழ்நாளில் ஒரு மேடையில் கூட ஒரு புத்தகத்தின் பெயரையோ எழுத்தாளனின் பெயரையோ அல்லது ஒரு அசல் கலைஞனின் பெயரையோ உச்சரிக்கவே மாட்டான். ஏன் என யோசித்திருக்கிறீர்களா? நீங்கள் எதையேனும் தேடி வாசித்தால் முதலில் உடைத்து வீசுவது அவர்களைத்தான். ஒரேயொரு நூலை வாசித்தபின் நீங்கள் ரசிகக் கும்பலில் ஒருவர் அல்ல. ஒரு நூலைத் தொட்ட மறுகணமே உங்கள் ரசனையின் எல்லைகள் விரிவடைகின்றன. எவ்வளவு மலினமான பண்டம் உங்களிடம் திணிக்கப்படுகிறது என்பதை உணர்வீர்கள். உங்கள் பணத்தில், உங்கள் நேரத்தில், உங்கள் உழைப்பில் தன்னைத்தானே புகழ்ந்துகொண்டு தங்கள் வாழ்வைச் செழிப்பாக்கிக்கொள்கிறார்கள். பிறகு நீங்களே அவர்களுக்கு வாக்களித்து உங்களை ஆளும் பொறுப்பையும் ஒப்படைக்கத் தயாராகிறீர்கள். இதன் பொருள் கேளிக்கையே வேண்டாம் என்பதல்ல. எந்தச் சமூகத்திற்கும் கேளிக்கை அவசியம். ஆனால், கேளிக்கைக்கும் மலினத்திற்கும் உண்டான வித்தியாசத்தை அறிந்துகொள்ள வேண்டும். இங்கு கேளிக்கை என்ற பெயரில் மலினங்கள்தான் உங்கள் முன் கடைவிரிக்கப்படுகின்றன.

ஏன் வாசிக்க வேண்டும் என்கிற கேள்விக்கு என்னுடைய முதன்மையான பதில்: "கூமுட்டையாக இல்லாமல் இருப்பதற்கு நீ வாசித்துதான் ஆகவேண்டும் ராஜா!"

டிரெண்டின்னா என்ன?

நண்பர்களே உங்களது ஆடை டிரெண்டியாக இருக்கிறது. உங்கள் சிகையலங்காரம் டிரெண்டியாக இருக்கிறது. உங்கள் பேச்சில் வந்து விழும் வார்த்தைகள் டிரெண்டியாக உள்ளன. உங்கள் பைக் டிரெண்டி. நீங்கள் வைத்திருக்கும் ஸ்மார்ட்போன் டிரெண்டி. ஆனால், சமகால விஷயங்களில் உங்கள் அறிவு டிரெண்டியாக இருக்கிறதா எனும் எளிய கேள்வியை எழுப்பிக்கொள்ளுங்கள். அதை எப்படித் தெரிந்துகொள்வது. நான் சில கேள்விகளை எழுப்புகிறேன். அவற்றைப் பற்றி உங்களுக்கு என்ன புரிதல் இருக்கிறது என யோசித்துக்கொள்ளுங்கள். பிறகு அவற்றை தேடி சரிபார்த்துக்கொள்ளுங்கள். இந்த எளிய பரிசோதனை நீங்கள் அறிவில் டிரெண்டியா என உங்களுக்கே காட்டும்.

திராவிடம் என்றால் என்ன? யார் திராவிடர்கள்? கீழடி எங்கே இருக்கிறது? அதற்கும் சிந்து சமவெளி நாகரீகத்திற்கும் என்ன தொடர்பு? போக்ஸோ சட்டம் என்றால் என்ன? இடஒதுக்கீட்டில் சமீபத்தில் நிகழ்ந்த மாற்றங்கள் என்ன? 2020–ஆம் ஆண்டு குடியரசு தினத்தில் 7 தமிழர்களுக்கு பத்ம விருதுகள் அறிவிக்கப்பட்டதே அவரில் ஒருவர் பெயராவது தெரியுமா? அவர்கள் செய்த சாதனை என்ன? ஸ்மார்ட் சிட்டி என்றால் என்ன? ஜிடிபி எப்படி கணக்கிடுகிறார்கள்? என்.ஆர்.சி. மசோதாவில் இஸ்லாமியர்கள் ஆட்சேபிக்கும் பகுதி என்ன? குதிரை பேரம் என்றால் என்ன? பாக்ஸ் ஆபிஸ் கலெக்‌ஷன் என்றால் என்ன – அதை எப்படிக் கணக்கிடுகிறார்கள்? டாப் ஸ்பின்னுக்கும் கேரம் பாலுக்கும் என்ன வித்தியாசம்? வைரஸுக்கும் பாக்டீரியாவுக்கும் என்ன வேறுபாடு? பிட்காய்ன் என்றால் என்ன? கிரேட்டா துன்பர்க் என்றால் யார்?

ஒரு சினிமாவில் சவுண்ட் எஞ்சீனியரின் பங்களிப்பு என்ன? சர்வதேச யோகா தினம் எப்போது கடைப்பிடிக்கப்படுகிறது? அரசு நூலகத்தில் ஓராண்டு சந்தா தொகை எவ்வளவு? வரைவோலை எடுக்க வங்கிக்கணக்கு அவசியமா? சுந்தர ராமசாமி என்பவர் யார்? ப்ளாக் செயின் என்றால் என்ன? ஹைட்ரோகார்பன் என்றால் என்ன? தேசிய கல்விக் கொள்கை ஏன் எதிர்க்கப்பட்டது? நான்லீனியர் சினிமா என்றால் என்ன?

பொது அறிவில் இந்த உலகின் எந்த மூலையில் இருப்பவனுக்கும் நான் சளைத்தவன் இல்லை எனும் கர்வம் உங்களுக்கு உண்டா?

மூன்று வகை வாசிப்புகள்

பொதுவாக வாசிப்பை மூன்று வகையாகப் பிரித்துக்கொள்வது புரிதலுக்கு உதவும்.

- வாழ்க்கைக்கு உதவுகிற வாசிப்பு. பாடப் புத்தகங்கள், தொழில்நுட்ப நூல்கள், துறைசார் நூல்கள், நாளிதழ்கள், இணையதளங்கள் இவ்வகைக்குள் வரும்.
- வாழ்க்கையைப் புரிந்துகொள்ள உதவுகிற வாசிப்பு அல்லது வாழ்வனுபவங்களைப் பெருக்கிக்கொள்ள உதவும் வாசிப்பு. இலக்கிய ஆக்கங்கள், தத்துவ நூல்கள், ஆன்மீக ஞான நூல்கள், வாழ்க்கை வரலாறுகள், பயண நூல்கள்.
- பொழுதுபோக்கு வாசிப்பு. வணிக இலக்கியங்கள், காமிக்ஸ் புத்தகங்கள், வார இதழ்கள், சமூக ஊடகங்கள் ஆகியவை இவ்வகைமைக்குள் வரும்.

என்னைப் பொருத்தவரை பொழுதை யாரும் போக்கிக்கொள்ளத் தேவையில்லை. அது தானே மறையும் தன்மையுடையது. தன் அகம் சொல்லக்கூடிய திசையில் முழுவீச்சுடன் சென்று வென்றெடுக்க வேண்டிய கட்டத்தில் இருப்பவர்களுக்கு இந்த மூன்றாவது வகை வாசிப்பு என்பது எளிய இளைப்பாறுதலைத் தவிர வேறு எதையும் தராது.

வாசிப்பதனால் கிடைக்கும் அனுகூலங்கள்

இந்நூல் விரிந்து விரிந்து செல்வதை நான் விரும்பவில்லை. வாசிப்பின் அனுகூலங்கள் ஒருவருக்கொருவர் வேறுபடும். பொதுவான அனுகூலங்களை மிகச் சுருக்கமாகப் பட்டியலிடுகிறேன்.

முதன்மையாக தகவலறிவு மேம்படுகிறது. மேம்பட்ட பொதுஅறிவு நல்ல மதிப்பெண்களைப் பெற உதவுகிறது என்பது ஆய்வுகளில் மெய்ப்பிக்கப்பட்ட உண்மை.

தொடர்ச்சியான வாசிப்பு ஒருவனின் சொற்களஞ்சியத்தைப் பெருக்குகிறது. அவனது அம்பறாத்தூணி கூர்மையான சொல்லம்புகளால் நிறைகிறது. அது பேச்சுமொழியையும், எழுத்துநடையையும் கூர்மைப்படுத்துகிறது. தகவல் தொடர்புத் திறன் செம்மையாகிறது. சிறந்த தகவல் தொடர்பாளர்களே நிர்வாகிகளாக முடியும். சிறந்த நிர்வாகிகளே தலைவர்களாக உயர்கிறார்கள். கருத்துக்களை ஆழ்ந்து புரிந்துகொள்வதற்கும் சரியான முறையில் உள்வாங்கிக்கொண்டு வெளிப்படுத்தவும் வாசிப்பு உதவுகிறது. சிந்திக்கும் முறை, சிந்தனையில் ஏற்படும் இடர்கள், விவாத நெறிமுறைகள், தர்க்க ஒழுங்கு ஆகியவற்றில் பயிற்சி பெற உதவுகிறது.

தகவல்களை ஒன்றோடு ஒன்றை தொடர்புப்படுத்தி நமக்குள் நாமே அடுக்கிக்கொள்கிறோம். இது ஞாபக சக்தியை அதிகரிக்கிறது. உதாரணமாக 'போரும் அமைதியும்' (டால்ஸ்டாய்) வாசித்துவிட்ட ஒருவனின் மூளைக்குள் அனிச்சையாகவே ரஷ்யா மற்றும் பிரான்ஸின் வரலாறு இன்ஸ்டால் ஆகிவிடுகிறது. பிறகு உலக வரலாற்றின் மையப்புள்ளியாக அந்நாவலை வைத்துக்கொண்டே

முன்னும் பின்னும் ஊஞ்சலாட முடியும்.

வாசிப்பதன் வழியாக நீங்கள் ஆளுமை ஆகிறீர்கள். ஆயிரம் பேர் எக்கனாமிக்ஸ் பயிலும் ஒரு கல்லூரியில் ரிச்சர்ட் தாலரை வாசித்த ஒருவர் இருப்பார் எனில் அவர் நிச்சயம் தனித்துவமானவர். சந்தைப் பொருளாதாரத்திற்கும் மக்களின் உளவியலுக்குமான தொடர்பை மனதில் இருத்திக்கொள்கிறார். பிறகு அவர் ஒரு சாமான்யனைப் போல சிந்திப்பதில்லை. என் உரைகளில் வழக்கமாக ஒரு கேள்வி கேட்பேன். ஷீலா எனும் பெயரில் உங்களுக்குத் தெரிந்து பிரபலம் யாரையாவது சொல்லுங்கள் என கேட்பேன். அமைதியாக இருப்பார்கள். செம்மீன் என க்ளூ கொடுப்பேன். பதில் இராது. கேரள நடிகை என்பேன். பதில் வராது. ஜெயலலிதா தெரியுமா என்றால் ஆர்ப்பரிப்பார்கள். ஜெயலலிதா மறைந்தபோது நடிகர்கள் ஏற்பாடு செய்த இரங்கல் கூட்டத்தில் செம்மீன் ஷீலா உரையாற்றினார். அப்போது அவர் சொன்ன தகவலை பொருத்தப்பாடு கருதி இங்கே தருகிறேன். ஷீலா நடித்த செம்மீன் மலையாளத்தில் வெறித்தனமான ஹிட். இங்கே ஜெயலலிதாவும் தொடர்ச்சியாக பல படங்களில் பிஸியாக நடித்துக்கொண்டிருக்கிறார். ரசிகர்கள் உன்னைப் பார்க்கத்தானே தியேட்டருக்கு வருகிறார்கள். ஹீரோ பெயருக்கு முன்பு உன் பெயரைப் போடச் சொல் என ஜெயலலிதா அப்போதே அவருடன் விவாதம் செய்வாராம். படப்பிடிப்பு இல்லாத ஞா யிற்றுக்கிழமைகளில் செம்மீன் ஷீலா சென்னைக்கு வந்துவிடுவார். இருவரும் பர்தா அணிந்துகொண்டு சென்னையை வலம் வருவார்கள். இருவரிடமும் போதிய அளவு பணம் சேர்ந்ததும் வீடு கட்ட முடிவெடுத்தார்கள். ஒரு ஆர்க்கிடெக்டை தெரிவு செய்தார்கள். நீங்கள் வீட்டை எப்படி கட்டுவீர்களோ தெரியாது. வாசல் கேட்டைத் திறந்ததும் வீட்டு முற்றத்தில் எனக்கு மிகப்பெரிய ஒரு பவுண்டெய்ன் (செயற்கை நீரூற்று) வேண்டுமென்றார் ஷீலா. நீங்கள் வீட்டை எப்படி கட்டுவீர்களோ தெரியாது; எனக்கு இரண்டாயிரம் சதுர அடியில் நூலகம் வேண்டுமென்றாராம் ஜெயலலிதா. அதுதான் வேதா இல்லம். ஒப்புநோக்க ஷீலா அளவிற்கு ஜெயலலிதா வெற்றிப் படங்களில் நடித்தவர் அல்ல. பத்தாம் வகுப்பிற்கு மேல் படிக்காதவர். உடன் நிற்க குடும்பம் என ஒன்றிராத 'சிங்கிள் மதர்' வளர்ப்பில் வளர்ந்தவர். இன்றைய தலைமுறைக்கு ஷீலாவை தெரியாது. அவர் நடிகை என்ற எல்லையோடு நின்றுகொண்டார். ஜெயலலிதா மங்காப்புகழுடன் இந்தியாவின் மூன்றாவது பெரிய கட்சியின் தலைவராக, பலமுறை வென்ற முதல்வராக மக்களின் மனங்களில் சிம்மாசனமிட்டு

அமர்ந்திருந்தார். அக்கால படப்பிடிப்புத் தளங்களில் எடுக்கப்பட்ட கருப்பு வெள்ளை புகைப்படங்களில் கையில் ஜெஃப்ரி ஆர்ச்சருடன் அமர்ந்திருக்கும் ஜெயாவின் புகைப்படங்களை எவரும் இணையத்தில் தேடிக் காணலாம். மணிரத்னத்தின் 'இருவர்' திரைப்படத்தில் ஜெயலலிதாவின் வாசிப்புப் பழக்கம் சித்தரிக்கப்பட்டுள்ளது. ஜெ.வின் மரணத்திற்குப் பிறகு அவரது இல்லத்திற்கு நெடுங்காலம் நாளிதழ்களை சப்ளை செய்த ஒருவரை பேட்டி கண்டவர் சொன்னார். ஜெயலலிதா 'டைம்' இதழை விரும்பி வாசித்தவர். உலகின் செல்வாக்கு மிக்கவர்களைப் பட்டியல் போடும் இதழ் அது. நாளிதழோ பத்திரிகையோ ஒருநாள் தாமதமானாலும் சிலமுறை அவரே நேரடியாக அழைத்து விசாரிப்பாராம். அரசியல் நோக்கராக ஜெயலலிதாவின் தேர்தல் வெற்றிகளுக்குக் காரணமாக அமைந்த வியூகங்களை ஆராய்கையில் சீன மொழியில் எழுதப்பட்ட புகழ்மிக்க நூலான 'போர்க்கலை', கௌடில்யரின் 'அர்த்த சாஸ்திரம்', நிகோலஸ் மாக்கியவல்லியின் 'பிரின்ஸ்' ஆகிய நூல்களின் தாக்கத்தை உணர முடிந்தது.

வாசிப்பது வெற்றியாளர்களின் இயல்பு. வாசிக்கத் துவங்கும் ஒருவனுக்கு இறைவன் அளிக்கும் வரமாக சாதனையாளர்களின் தொடர்பு கிடைத்துவிடுகிறது. புத்தக ஆர்வலர்கள் எப்போதும் தங்களது இணை மனங்களைத் தேடியபடியே இருக்கிறார்கள். ஆகவே புதிய நட்புகள் உருவாகின்றன. இத்தகு உறவுகளின் வழியாக ஒருவன் சமூக முக்கியத்துவம் வாய்ந்தவனாக ஆகிவிடுகிறான். எல்லா சபைகளிலும் வாசகனுக்கென ஒரு நாற்காலி காத்திருக்கிறது. கையில் புத்தகம் வைத்திருக்கும் ஒருவனுக்கு சமூகம் தரும் மரியாதை சாமான்யமானதல்ல. நான் பொதுப்போக்குவரத்தை அதிகம் பயன்படுத்துபவன். அறிவொளி நகரிலிருந்து கோவை காந்திபுரத்திலிருக்கும் என் அலுவலகத்திற்கு நகரப் பேருந்தில் செல்ல குறைந்தபட்சம் ஒரு மணிநேரம் ஆகும். திரும்பி வர ஒரு மணிநேரம். இந்த நேரத்தை நான் வாசிப்பதற்குப் பயன்படுத்துகிறேன். நான் வீடு திரும்பும் அறிவொளி நகர் பேருந்து முதலாம் உலகப்போரில் ஈடுபட்டது. ஒரு தொழிற்சாலையின் ஓசைக்கு நிகரான இடிபாடுகளுடையது. இரவில் நடத்துனரின் சீட்டின் தலைக்கு மேல் உள்ள ஒரே ஒரு விளக்கு மட்டும்தான் எரியும். அதை எப்போதும் நடத்துனர் இனிய சிரிப்புடன் எனக்காக விட்டுக்கொடுப்பார். சமயங்களில் வேறு யாராவது அமர்ந்திருந்தால் அன்போடு கோரிக்கை வைத்து அவரை வேறு சீட்டுக்கு மாற்றுவார். கையில் புத்தகம் வைத்திருக்கும் ஒருவனை போலீஸ்காரர் 'டேய் இங்கே வாடா...' என விளிப்பதில்லை.

வாழ்க்கையை சற்று விலகி நின்று புரிந்துகொள்ளவும் அன்றாட கவலைகளிலிருந்தும் உளைச்சல்களிலிருந்தும் சற்றேனும் விடுபடவும் இலக்கிய வாசிப்பு உதவுகிறது. கொந்தளிக்கும் மனதை வாசிப்பு சாந்தப்படுத்துகிறது என்பதற்கு மிதாலிராஜ், விராட் கோலி போன்றவர்கள் மிகச்சிறந்த உதாரணம். அடுத்து பேட்டிங் செய்ய வேண்டிய சூழலிலும் கூட மிதாலி ராஜ் புத்தகங்கள் வாசிக்கிறார். ஆக்ரோசமான ஆட்டக்காரராக இருந்த விராட் கோலி வாசிப்பின் வழியே தலைமைக்குத் தன்னை தகுதியுடையவராக ஆக்கிக்கொண்டார்.

வாசிப்பு என்பது ஒற்றைச் செயல்பாடு அல்ல. அது பிற துறைகளையும் கலை வடிவங்களையும் நோக்கி உங்களைத் தள்ளும். உதாரணமாக இலக்கிய ஆக்கங்களை வாசிக்கும் ஒருவன், தன்னியல்பாகவே சிற்பங்களை ரசிக்கிறவனாகவும், தூய சங்கீத விரும்பியாகவும் ஆகிவிடுகிறான். வரலாற்று போதமும் தத்துவ ஆர்வமும் உருவாகிவிடுகிறது. எதையும் மிக விரிவான பின்புலத்தில் வைத்து சிந்திக்கிறவன் ஆகிறான். ஆகையால், பிற அறிவுத்துறைகள் பற்றிய அடிப்படைப் புரிதல்களையாவது வளர்த்துக்கொள்கிறான். மூளை நரம்பியல், சூழியல், தொல்லியல், காந்தியம், மானுடவியல், உளவியல், புவியியல் என வாசிப்பு உங்களைப் பிற துறைகளை நோக்கி இழுத்துச் செல்லும். நீங்கள் ஒரு அறிஞனாக மாறிவிடுகிறீர்கள்.

தனித்திறன்களை மேம்படுத்திக்கொள்ளவும் அதை வெளிக்காட்டவும் வாசிப்பு வாய்ப்பளிக்கிறது. நீங்கள் வாழும் நகரில் நடைபெறும் போட்டிகள், கலை நிகழ்ச்சிகளில் பங்கெடுத்து உங்கள் திறன்களை வெளிக்காட்ட முடியும். உங்கள் மீது வெளிச்சம் பட உதவியாக இருக்கும்.

நாம் சுலபமாக ஏமாந்து பலியாகிவிடாமல் வாசிப்பு காக்கிறது. நகைச்சுவை நடிகர் சூரி ஒருமுறை என்னிடம் பகிர்ந்துகொண்ட விஷயம். அவர் அதிகம் படித்தவரில்லை. ஆனால் நாளிதழ் வாசிக்காமல் ஒருநாளும் இருக்கமாட்டார். இரவில் படப்பிடிப்பு முடிந்தால் கூட வீட்டிற்கு நேரே செல்லமாட்டார். காலையில் பேப்பர் கட்டுகள் வந்திறங்கும் வரை அவரது கார் நகரைச் சுற்றிக்கொண்டிருக்கும். அதிகாலையில் அச்சகத்திலிருந்து நியூஸ்பேப்பர் ஏஜெண்டின் டிஸ்ட்ரிப்யூஷன் பாயிண்டிற்கு வந்திறங்கும் பேப்பரின் முதல் பிரதியை பெற்றுக்கொண்டுதான் செல்வார். லோகாயுத விஷயங்களை அறியாமல் நீட்டிய இடத்தில் கையெழுத்துப் போட்டு தன் சொத்துக்களை இழந்த இன்னொரு

பிரபல காமெடியன் நடிகரைப் பற்றி நீங்கள் தெரிந்திருப்பீர்கள். ஒன்றை கவனித்திருக்கிறீர்களா அன்றைக்குப் பிரபல மோசடியாக இருந்த தேக்கு மர வளர்ப்பிலிருந்து இன்றைய ஈமுகோழி மோசடி வரை அதிகம் ஏமாந்தது பட்டம் பெற்றிருந்த மேல் மத்தியத்தர வர்க்கமே. ஒரு டாக்ஸி ஓட்டுனரோ ஆட்டோ ஓட்டுபவரோ அதிகம் பொருளாதார மோசடிகளில் ஏமாறுவதில்லை. கையில் பேப்பர் இல்லாத ஒரு டிரைவரை நீங்கள் பார்க்கவே முடியாது. ஆனால், சம்பாத்தியத்தைத் தவிர வேறொன்றுமறியாத மருத்துவர்கள் பலர் எளிதாக ஏமாறுவதைக் கண்டிருக்கிறேன். நீங்கள் தெரிந்துகொள்ள விரும்பாத செய்திகள்தான் உங்களுக்கு ஆபத்தாக வந்து முடியும்.

செய்தி வாசிப்பவர்களெனில் கேள்விப்பட்டிருப்பீர்கள். கணவனும் மனைவியும் மென்பொருள் துறையில் பணியாற்றுபவர்கள். கணவனுக்கு இரவுப்பணி. மனைவிக்கு பகலில். மனைவி வீட்டில் இல்லாத பகல் வேளையைப் பயன்படுத்திக்கொண்டு இணையத்தில் போலி கணக்கைத் துவக்கி நட்சத்திர ஹோட்டலில் வேலை வாங்கித் தருகிறேன் என பல பெண்களிடம் மோசடி செய்தார் அந்த இளைஞர். அவரளித்த வாக்குறுதிகளை நம்பி தங்களது அரை நிர்வாண வீடியோக்களை ஆயிரக்கணக்கான பெண்கள் பகிர்ந்து ஏமாந்தனர். பத்து நிமிடங்களாவது செய்தி வாசிக்கிற பழக்கம் இல்லாதவர்கள் என்பது வெள்ளிடை. நாட்டையே அதிர வைத்த பொள்ளாச்சி சம்பவத்திலும் கூட பெண்களின் அறியாமைதானே அவர்களை சிக்கலில் கொண்டு சேர்த்தது.

நீங்கள் சமகால விஷயங்களில் அப்டேட்டாக இருக்கிறவர் என்றால் உங்கள் குடும்பத்தின் எந்த ஒரு முக்கியமான முடிவும் உங்களைக் கலந்து எடுக்கப்படும். தம்பி இந்த ஷேரை வாங்கலாமா, இந்தத் துறையில் முதலீடு செய்யலாமா, இந்த ஏரியாவில் நிலம் வாங்கலாமா, இந்தப் பொருளுக்கு ஏஜென்சி எடுக்கலாமா, தம்பியை இந்த கோர்ஸுக்கு சேர்த்துவிடலாமா, இந்தப் பயிரை சாகுபடி செய்யலாமா, இந்தக் காரை வாங்கலாமா, கோடை விடுமுறையில் எங்கே போகலாம்? அக்காவுக்கு இந்த சம்பந்தம் சரியா இருக்குமா? – எவ்வளவு பெரிய பெருமை? உங்கள் வகுப்புத் தோழர்கள் தங்கள் வாழ்வின் முக்கிய முடிவுகளை உங்களை கலந்தாலோசித்த பிறகே எடுப்பார்கள் என்பது எத்தனைப் பெரிய பெருமிதம்? வீட்டிலும் நாட்டிலும் நட்புச் சூழலிலும் உங்களுக்கென ஒரு முக்கியத்துவம் உருவாகுவது எத்தனை மகிழ்ச்சிகரமானது? வாசிக்கும் இளைஞன் வழிகாட்டும் தலைவன் என்பார்கள்.

நீங்கள் intellectually fitஆக இருந்தால் சமகால விஷயத்தைப் பற்றி பேச வகுப்பில் அழைக்கப்படுவீர்கள். நீங்கள் எழுதும் கட்டுரை உங்கள் கல்லூரி மலரிலேயே வரும். எந்த விவாதத்திலும் உங்கள் கருத்துக்கு ஓர் இடம் இருக்கும்.

சென்ற ஐம்பதாண்டுகளில் அறிவியல் கண்டுபிடிப்புகளிலோ, தொழில்நுட்பத்திலோ, சிந்தனைத்துறையிலோ இந்தியர்களின் பங்களிப்பு என பெரிதாக ஒன்றுமில்லாமற் போனதன் காரணங்கள் ஆராயப்பட்டு வருகின்றன. நாம் நம் கற்பனைத்திறனை வெகுவாக இழந்திருக்கிறோம் என்கிறார்கள் நிபுணர்கள். புதிய கண்டுபிடிப்புகளில் தர்க்கத்தின் அளவிற்கே கற்பனையின் பாய்ச்சலுக்கும் இடம் உண்டு. கிறுக்குத்தனமான சிந்தனை என கருதப்பட்டவைதான் இன்று கொண்டாடப்பட்டு வருகின்றன. இருபதாண்டுகளுக்கு முன் செவ்வாய் கிரகத்தில் மனிதர்களை குடிவைக்கப்போகிறேன் என ஒருவர் சொன்னால், அவரை வீதியில் நிறுத்தி கல்லால் அடித்திருப்பார்கள்.

நல்ல ஜனநாயகம், வெளிப்படையான நிர்வாகம், தேச முன்னேற்றம் ஆகியவற்றிற்கு வாசிப்பு முக்கியப் பங்களிக்கிறது. ஓர் அறிவுத்திரள் சமூகத்தை ஏமாற்றுவது கடினம். அவர்கள் உரிமைகளைக் கோரிப் பெறுவார்கள். குடிகள் கடமைகளைப் புரிந்துகொண்ட தேசத்தில் குற்றங்கள் குறையும். அறிவைக் கண்டு எவரும் அஞ்சுவர். நிர்வாகம் சீர்படும். ஒரு உதாரணம் சொல்கிறேன். பத்திரிகைகள் என்ன செய்கின்றன? அவை நிறுவனங்களை, அமைப்புகளை, கல்விக்கூடங்களைக் கண்காணிக்கின்றன. அதன் வழியாக மக்களைப் பாதுகாக்கின்றன. என்ன நடந்தது? யார் முடிவெடுக்கிறார்கள்? யார் பலனடைகிறார்கள் என்பதை மக்களுக்குச் சொல்கின்றன. எச்சரிக்கின்றன. எண்ணற்ற ஊழல்களை பத்திரிகைகள்தான் அம்பலப்படுத்தின. பத்திரிகைச் செய்திகளைத் தூக்கிப்பிடித்து பாராளுமன்றங்களில் இன்றும் விவாதங்கள் சூடுபறக்கின்றன. பல வழக்குகளில் பத்திரிகைச் செய்திகள் ஆதாரமாக நின்று நீதி கிடைக்கக் காரணமாகியிருக்கின்றன. ஆக்கிரமிப்பிற்கும், பயங்கரவாதத்திற்கும், இனவெறிக்கும் எதிராக பத்திரிகைகள் போராடிக்கொண்டே இருக்கின்றன. அன்றாடம் பத்திரிகையாளர்கள் கொல்லப்பட்டு வருகிறார்கள். போர், விபத்து, கொள்ளை நோய்களுக்கு அடுத்தபடியாக அதிகம் உயிரிழந்தது செய்தியாளர்கள்தான்.

வாசிப்பதனால் கிடைக்கும் பொருளாதார அனுகூலங்கள்

வாசிக்கிறவர்களின் பொது அறிவும், தகவல் தொடர்பும் மேம்படும் என்பது அன்றாடம் நமது கல்வி நிறுவனங்களில் சொல்லப்படுபவைதான். அவர்கள் சொல்லாத ஒன்றுண்டு. அது வாசிப்பதனால் உங்களுக்குக் கிடைக்கும் பொருளாதார பலன்கள்.

மேற்கு நாடுகளில் ஒருவனின் அடிப்படைக் கல்வி வரையிலான செலவுகள்தான் பெற்றோரின் பொறுப்பு. அதற்குப் பிறகு மேற்கொண்டு படிக்க வேண்டுமென்றால் மூன்றே வழிகள்தான். ஒன்று தனது தகுதியை நிரூபித்து ஃபெல்லோஷிப் அல்லது ஸ்காலர்ஷிப் பெறவேண்டும். அல்லது பகுதிநேர வேலை பார்த்துக்கொண்டு படிக்கவேண்டும். அல்லது கல்விக்கடன். இந்தியாவில் ஒருவன் வேலைக்குச் செல்லும் வரை அவனைப் படிக்க வைக்கவேண்டிய சுமை பெற்றோருக்கு.

நான் பேசச் செல்லும் கல்லூரிகளில் எல்லாம் அங்கிருக்கும் மாணவர்களிடம் எத்தனை பேர் ஏதேனும் ஒரு கல்வி உதவித்தொகையைப் பெற்றவர்கள் எனக் கேட்பேன். ஓரிரு கரங்களே நீளும். தமிழக அரசு, இந்திய அரசு, அறக்கட்டளைகள், தனியார் நிறுவனங்கள், ஆன்மீக அமைப்புகள், வெளிநாட்டுக் கல்வி நிறுவனங்கள், தன்னார்வல அமைப்புகள் என பல்லாயிரக்கணக்கான கல்வி உதவித்தொகைகள் இருக்கின்றன. நம் மாணவர்களிடம் போதிய விழிப்புணர்வு இல்லை. தகுதியான நபர்களிடமிருந்து போதிய விண்ணப்பங்கள் வராததால் பல நிதி ஒதுக்கீடுகள் பயன்படுத்தப்படாமலேயே உள்ளன. எவ்வளவோ

உதாரணங்களைக் கொடுக்கமுடியும். சமீபத்தில் சிறுபான்மையினர் தங்களுக்கு ஒதுக்கீடு செய்த தொகையை கோரிப் பெறவில்லை என்பது ஊடகங்களில் செய்தியாக வந்தது. அமைப்புசாரா தொழிலாளர்களின் குழந்தைகளுக்கான கல்வி உதவித்தொகை உள்ளிட்ட பல உதவித்தொகைகளுக்குப் போதிய விண்ணப்பங்கள் வருவதில்லை. காரணம் என்ன? நாம் எல்லோருமே செல்வச் செழிப்பில் மிதக்கிறோமா?

பொள்ளாச்சியில் ஒரு கல்லூரிக்குப் பேச அழைத்திருந்தார்கள். முதல்வர் அன்று இல்லை. ஒரு வருடத்திற்கு ஐம்பதாயிரம் என மூன்று வருடங்களுக்குக் கிடைக்கும் ஒரு ஸ்காலர்ஷிப் 8 மாணவர்களுக்குக் கிடைத்திருப்பதாகவும் அதைப் பெற்றுக்கொள்ளும் விழாவிற்குச் சென்றிருப்பதாகவும் தகவல் சொன்னார்கள். என் ஆர்வம் அதிகரித்தது. அது என்ன ஸ்காலர்ஷிப்? என் கவனத்திற்கே வராதது. காத்திருந்து முதல்வரைச் சந்தித்தேன். வடநாட்டிலுள்ள ஒரு வைர வியாபாரி அறிவித்த ஸ்காலர்ஷிப். ஒவ்வொரு மாநிலத்திற்கும் இவ்வளவு என அந்த வியாபாரி பட்ஜெட் ஒதுக்கியிருந்தாராம். தமிழ்நாட்டிலிருந்து வந்த விண்ணப்பங்கள் மிக மிக குறைவு என்பதால், விண்ணப்பித்த அனைவருக்கும் வழங்கிவிட்டார். சரி உங்கள் மாணவர்களுக்கு எப்படித் தெரியும் என்றேன். எட்டு மாணவர்களில் ஒருவரது தாத்தா பேப்பரில் வாசித்து இவர்களை வற்புறுத்தி விண்ணப்பிக்கச் செய்தாராம். எரிச்சலோடுதான் செய்தோம் என்றார்கள் அந்த இளைஞர்கள்.

உதவித்தொகை மட்டுமல்ல, ஃபெல்லோஷிப் எனும் கட்டணச் சலுகை, பகுதிநேர வேலைவாய்ப்பு, கடனுதவி, இண்டர்ன்ஷிப் வாய்ப்பு, திறனறித் தேர்வுகள், கலைத்திறன் போட்டிகள் போன்ற பல விஷயங்கள் வாசிக்காதவர்களை வந்தடைவதில்லை. தனக்குரிய உரிமைகள், சலுகைகள், வாய்ப்புகளைப் பற்றியே தெரிந்திராத ஒருவன் எப்படி தன் குடும்பத்திற்குக் கிடைக்கவேண்டிய சமூகநலத் திட்டங்களைப் போராடிப் பெறுவான்? நம்மில் எத்தனை பேர் வாடகை வீட்டில் வாழ்கிறோம். ஆவாஸ் போஜனா திட்டம் பற்றி பெற்றோரிடம் பேசியிருக்கிறோமா? உங்கள் பெற்றோர் ஒருவேளை அமைப்புசாரா தொழிலாளர்களாக இருக்கலாம். (அடல் பென்ஷன் திட்டம் – வெறும் 42 ரூபாயில்) அவர்களது வாழ்க்கைக்கான அரசின் இன்ஸூரன்ஸ் திட்டங்களைப் பற்றி பேசியிருக்கிறோமா? (விபத்துக் காப்பீடு வெறும் 12 ரூபாயில் / ஆயுள் காப்பீடு வெறும் 330 ரூபாயில்) நம் தந்தை தொழிலை

அபிவிருத்தி செய்ய அல்லாடுகிறாரே? முத்ரா கடன்களைப் பற்றி விவாதித்திருக்கிறோமா? நாம் இத்தகைய அறியாமையில் உழல்கையில் நம் தம்பி தங்கைகளுக்கு எப்படி வழிகாட்டுவோம்? விஜயா பதிப்பகம் உரிமையாளர் வேலாயுதம் அடிக்கடி சொல்வார் “சந்தர்ப்பங்கள் காற்றில் மிதக்கின்றன; சாமர்த்தியசாலி மட்டுமே அதை சுவாசிக்கிறான்?”

நீங்கள் சாமர்த்தியசாலியா?!

வேலைவாய்ப்பு

சில மாதங்களுக்கு முன்பு உத்தர பிரதேச காவல்துறை 88 பணியிடங்களுக்கு அறிவிப்பு செய்திருந்தது. அதற்கு 80,000–க்கும் அதிகமான விண்ணப்பங்கள் குவிந்தன. அதில் ஆச்சர்யமில்லை. இந்தியா போன்ற பெரிய நாட்டின் பெரிய மாநிலத்தில் இது சாதாரணமானது. விண்ணப்பித்தவர்களில் சுமார் 40,000 பேர் முதுகலைப் பட்டதாரிகள். அதிலும் ஆச்சர்யமில்லை. முதுநிலை பட்டம் என்பது இன்று சாதாரணமான ஒன்று. 30,000 பேர் இளங்கலை இளங்காளைகள். டிகிரிக்கு என்ன பெரிய வேல்யூ? அதிலும் ஆச்சர்யமில்லை. துணுக்குறச் செய்தது என்னவென்றால் 3,888 முனைவர்கள் அதாவது டாக்டர் பட்டம் பெற்றவர்கள் விண்ணப்பித்திருந்ததுதான். அதற்குள் அதிர்ச்சியடைய வேண்டாம். அந்த 88 பணியிடங்களுக்குத் தேவைப்பட்ட அதிகபட்ச தகுதி என்பது ஐந்தாம் வகுப்பு படித்திருந்தால் போதும். சைக்கிள் ஓட்டத் தெரியும் என வாய்மொழி உத்தரவாதம் கொடுக்கவேண்டும். ஓட்டிக்கூட காட்டவேண்டியதில்லை.

மூன்றாண்டுகள் கிண்டர்கார்டன், 12 ஆண்டுகள் பள்ளி, 3 ஆண்டுகள் இளங்கலை, 2 ஆண்டுகள் முதுகலை, 2 ஆண்டுகள் எம்.பில்., ஆராய்ச்சிக்கென குறைந்தது 5 ஆண்டுகள். கிட்டத்தட்ட கால் நூற்றாண்டுக்கும் மேலாக கல்வி எனும் கூரையின் கீழ் இருந்த ஒருவன் 5–ஆம் வகுப்பு படித்தவரோடு போட்டியிட வேண்டியது எவ்வளவு பெரிய சோகம்? ஜூலை 2017 முதல் ஜூன் 2018 வரையான காலகட்டத்தில் தேசிய மாதிரி அலுவலகம் நடத்திய ஆய்வில், இந்தியாவில் 65 மில்லியன் பட்டதாரிகளுக்கு வேலை இல்லை, கடந்த ஆண்டிற்கும் இந்த ஆண்டிற்கும்

வேலைவாய்ப்பின்மை 17% அதிகரித்துள்ளது, தமிழகத்தில் 55% முதுநிலைப் பட்டதாரிகளுக்கு வேலை இல்லை. பொறியியல் கல்வி படித்தவர்களில் 70% பேர் வேலையில்லாமல் இருக்கின்றனர். போதாக்குறைக்கு AI தொழில்நுட்பம் 40% வேலைவாய்ப்புகளைப் பறிக்கும் என்கிறார்கள். ஏற்கனவே இருந்த பொருளாதார நலிவும், கொரோனா கொள்ளை நோய்ப் பரவலும் வேலை தேடுவோரின் எதிர்காலத்தை கேள்விக்குறியாக்கியுள்ளன.

இத்தனை ஆண்டுகளையும், பணத்தையும், உழைப்பையும் கொட்டி பட்டங்கள் பெற்ற பின்னும் ஸ்விக்கி, ஊபர், ஓலா என்றுதான் வேலைக்குப் போகவேண்டுமா? – நான் எந்த வேலையும் குறைத்துச் சொல்லவில்லை. வீட்டில் தண்டமாக போனை நோண்டிக்கொண்டு நாட்டிற்கும் வீட்டிற்கும் கேடாய் இருப்பதைவிட கிடைத்த வேலைக்குச் செல்பவர்கள் கொண்டாடப்படவேண்டியவர்கள் – இவ்வளவு எளிதான வேலைக்குத்தான் போகப்போகிறீர்கள் என்றால் ஏன் ஹாஸ்டல் கட்டணம் லட்சம் ரூபாய் கட்டினீர்கள்? பத்தாம் வகுப்பு போதாதா? பைக்கையும் கூகிள் மேப்பையும் இயக்கத் தெரிந்திருந்தால் போதாதா?

வேலைவாய்ப்புகள் இல்லை என்பது மட்டும் காரணமல்ல. புள்ளிவிபரங்கள் வேலை இழப்பைச் சொல்கின்றன. அது எவ்வளவு உண்மையோ அத்தனைக்கத்தனை உண்மை வாய்ப்புகள் கொட்டிக் கிடக்கின்றன என்பதும். புதன்கிழமை இந்தியாவில் வெளியாகும் தி ஹிந்து, டைம்ஸ் ஆஃப் இந்தியா, இந்தியன் எக்ஸ்பிரஸ், டெக்கான் க்ரானிக்கல் என அனைத்து நாளிதழ்களிலும் தேசிய அளவிலான வேலைவாய்ப்புச் செய்திகள் வருகின்றன. ஞாயிறு வெளியாகும் இந்திய நாளிதழ்கள் – அது எம்மொழியாயினும் – வரி விளம்பரங்களாக உள்ளூர் வேலைவாய்ப்பு விளம்பரங்கள் வெளியாகின்றன. இன்றும் பல நிறுவனங்கள் வேலைக்கு ஆட்கள் தேவை என போஸ்டர்கள் அடித்து ஒட்டுகிறார்கள். பேருந்து நிறுத்தங்களில் வேலைக்கான அறிவிப்புப் பலகைகள் தொங்குகின்றன. சிறுகுறு வணிக நிறுவனங்கள் அனைத்திலும் – மெடிக்கல் ஸ்டோர் முதல் ஃபைவ் ஸ்டார் ஹோட்டல் வரை – வேலைக்கு ஆள் தேவை அறிவிப்பு உள்ளது. ஒரு நல்ல டிரைவர் இருந்தால் சொல்லுங்கள் முப்பதாயிரம் சம்பளம், நல்ல அக்கவுண்டண்ட் வேணும் இருபத்தைந்தாயிரம் கொடுக்கலாம், நல்ல மார்க்கெட்டிங் பையன் வேண்டும் நாப்பதாயிரம் கொடுப்பேன், நல்ல ஷோரூம் எக்ஸிக்யூட்டிவ் வேணும் என அன்றாடம் எனக்கு அழைப்புகள் வந்த வண்ணம் உள்ளன. நான்

பணியாற்றும் நிறுவனத்தில் துவக்க நிலையில் பணியில் சேர்ந்து தகுதியை நிரூபித்து மேலெழ வாய்ப்புள்ள நூற்றுக்கணக்கான பணிகள் கடந்த பத்தாண்டுகளாகத் தகுதியுள்ள நபர்களுக்காகக் காத்திருக்கின்றன. தகுதி, திறமை, தன்முனைப்பு, நல்லெண்ணம், உழைப்பின் மீது நம்பிக்கை, கற்றுக்கொள்வதற்கான ஆர்வம் ஆகியவற்றோடு பொது அறிவும் இருப்பவர்களுக்குத் திரும்பிய திசையெங்கும் வாய்ப்புகள் இருக்கின்றன.

நீங்கள் எந்த வேலைக்குச் செல்வதானாலும் நீங்கள் கடக்கவேண்டிய பாலம் நேர்காணல். சுயதொழில் என்றாலும்கூட வங்கிக்கடன் பெற மேலாளர் உங்களை நேர்காணல் செய்வார். எந்த இயக்குனரும் நேர்காணல் செய்யாமல் உதவி இயக்குனர்களைச் சேர்த்துக்கொள்வதில்லை. வெளிநாடு செல்லவேண்டுமாயின் விசா நேர்காணல். தேர்தலில் சீட் கேட்டால் கட்சித் தலைவர் உங்களை நேர்காணல் செய்வார். வீட்டோடு மாப்பிள்ளையாக ஆனால் கூட பிள்ளையை பள்ளியில் சேர்க்கச் செல்கையில் நீங்கள் இண்டர்வியூவைத் தவிர்க்கவே முடியாது. எந்தத் தேர்வுக்கும் நேர்காணலுக்கும் பின்னால் இருக்கிற உளவியல் என்ன? இரண்டு காரணங்களுக்காக அவை நடத்தப்படுகின்றன. நீங்கள் விஷயஞானமுள்ள குடிமகனா என்பதைத் தெரிந்துகொள்ளவும் நீங்கள் நினைப்பதை வெளிப்படுத்தும் தகவல் தொடர்புத்திறன் உங்களுக்கு இருக்கிறதா என்பதைப் பரிசோதிக்கவும்தான். நேர்காணலை நேர்கோணல் இல்லாமல் செய்ய வாசிக்கவேண்டியது அவசியம்.

வேலையில்லாத இளைஞர்களுக்கு உதவுவதை வாழ்க்கையின் கடமைகளுள் ஒன்றாக வைத்திருக்கிறேன். உதவியென வந்தவனுக்கு உதவாமல் அடுத்த விஷயத்தைச் செய்யமாட்டேன். காரணம் எளிதானதுதான். இப்படி எத்தனையோ பேர் செய்த உதவி யினால்தான் கொரோனா தற்சிறை நாட்களில் பால்கனியில் அமர்ந்து நூல் எழுதிக்கொண்டிருக்க சாத்தியமாகிறது. சரி, விஷயத்திற்கு வருகிறேன். வேலை கேட்டு வரும் நபர்களை அவர்களது தகுதிக்கேற்ப எனது நண்பர்களின் நிறுவனங்களுக்கு அனுப்பி வைப்பேன். பெரும்பாலும் போன வேகத்தில் திரும்பி வந்துவிடுவார்கள். “சார் நான் கேட்டது ஜாப். நீங்க ரெக்கமண்ட் செய்தது வேலைக்கு” என்பார்கள். உழைப்பு நீக்கம் செய்யப்பட்ட, வாரத்திற்கு ஐந்து நாட்கள், அதிகபட்சம் முப்பது மணிநேரங்கள், முப்பதாயிரத்திற்கும் குறையாத சம்பளம் மட்டும்தான் ஜாப்பாக கருதப்படுகிறது. “சார் நீங்க பாக்கறீங்கள்ல அதேமாதிரி

வேலைதான் சார் வேணும்" என என்னிடம் பல இளைஞர்கள் கேட்டிருக்கிறார்கள். நாளொன்றுக்குப் பதினைந்து மணிநேரங்கள் என பதினைந்தாண்டுகள் உழைத்து வந்து சேர்ந்திருக்கும் இடம் இது. இன்றும் 12 மணிநேர உழைப்பில் சமரசம் இல்லை. புயலோ வெயிலோ பனியோ மழையோ. வீடு வீடாகச் செல்வதோ, ரோடு ரோடாகச் செல்வதோ, மரத்தில் ஏறி பேனர் கட்டுவதோ, கூட்டத்தின் நடுவே நின்று கூவி அழைப்பதோ, ஓடும் பேருந்தில் ஏறி அறிவிப்பதோ செய்யும் காரியத்தின் நோக்கம் சரியாக இருந்தால் நொடியும் தயங்குவதில்லை.

சரி அந்த 3,888 முனைவர்களுக்கு வருவோம். எங்கு பிரச்சனை? நம்முடைய மரபான கல்வி முறையில் குருகுலக் கல்வி, பின்பு தொழில் அல்லது வேலை, பிறகு இல்லறம், கடைசியாக வீடுபேறு எனும் நிரந்தர சுழற்சி இருந்தது. கல்வி என்பது ஒரு குறிப்பிட்ட காலத்திற்குப் பிறகு தேவை இல்லாதது. உங்கள் அப்பாவும் தாத்தாவும் அந்தக் காலத்து பி.யூ.சி., அந்தக்காலத்து டிகிரி என பெருமையுடன் க்ளெய்ம் செய்துகொள்கிறார்கள் இல்லையா? ஆனால் அந்தப் பொற்காலமெல்லாம் முடிந்து முப்பதாண்டுகள் ஆகிறது. ஒரு நிறுவனத்தில் பணியில் சேர்ந்து அங்கேயே நாற்பதாண்டுகள் உழைத்து ஓரிரு பதவி உயர்வுடன் கௌரவமாக ரிட்டயர்டு ஆகும் சாத்தியம் இன்றில்லை. இடைக்காலத்தில் தன்னை தகுதிபடுத்துக்கொள்ள எந்த மெனக்கெடலும் தேவைப்படாத காலகட்டம் அது. ஆனால், இன்று ஒருவன் ஒவ்வொரு நாளும் கற்றாக வேண்டும். நான் பணியில் சேர்ந்த காலத்தில் விற்பனையாளனுக்கு கணிணி பயன்பாடு தெரியவேண்டுமென்பது அவசியமில்லை. எக்ஸெல் ஷீட்டோ, பவர்பாயிண்டோ அவனுக்குத் தெரிந்திருக்காது. இன்று டேட்டா அனலைசிஸ் செய்யத்தெரியாதவன் இங்கிருக்க முடியாது. AI, Big data, Data Science, Disprutive Management, Block Chain, Bitcoin, 6 Sigma என எத்தனையோ விஷயங்கள் நான் பணியில் சேர்ந்தபோது இல்லை. இன்று இவை தெரியாத ஒருவன் அன்றாடத்தைக் கடத்த முடியாது.

இன்று ஒரொரு நாளும் தன்னை மேம்படுத்திக்கொள்ளாத ஒரு மனிதன் எந்த அமைப்பிலும் நீடிக்க முடியாது. அன்றாடம் கல்விக்கூடங்களுக்குச் செல்வது சாத்தியமல்ல. தன்னை தகுதிப்படுத்திக்கொள்ள மனிதனுக்கு இன்றிருக்கும் ஒரே சாதனம் வாசிப்புதான். அன்றாடம் தொடர்ச்சியாக வாசிப்பதொன்றே வழி. மாவீரன் நெப்போலியனின் வாழ்வில் நடந்ததாகச் சொல்லும்

ஒரு கர்ண பரம்பரை கதை உண்டு. நெப்போலியன் சிறுவனாக இருந்தபோது கட்டாய ராணுவப் பயிற்சிப் பள்ளியில் இருந்தார். பயிற்சி நேரம் போக மீதமுள்ள நேரத்தில் அவரது நண்பர்கள் கூட்டாகச் சேர்ந்து நகர்வலம் சென்றுவிடுவார்கள் அல்லது மைதானத்தில் திரண்டு அரட்டை அடிப்பார்கள். நெப்போலியனோ தனது அறையில் இருந்து வாசித்துக்கொண்டே இருப்பார். அந்த முகாமிற்கு தயிர் ஊற்ற வரும் கிழவி ஒருத்தி, “எப்போதும் அறைக்குள் அமர்ந்து படித்துக்கொண்டே இருக்கிறாயே, நீ என்ன கோச்சா பெண்ணா?” என்று கேலி செய்வாளாம். அன்று பிரான்ஸில் பெண்கள் முக்காடிட்ட வீட்டுக்குள் இருப்பார்கள். வெளியாட்களுக்கு முகம் காட்டும் வழக்கம் இல்லை. நெடுநாட்கள் ஓடின. நெப்போலியன் ராணுவத் தளபதியாக உயர்ந்து பல நாடுகளைக் கைப்பற்றி மாபெரும் பேரரசனாக ஆனார். ஒருநாள் தன் ராணுவப்பயிற்சிப் பள்ளி இருந்த நகரத்திற்கு படைகளுடன் வந்தார். தயிர்க்கார கிழவியை அழைத்துவரச் சொன்னார். மன்னன் எதற்காகத் தன்னை அழைக்கிறார் என பதைபதைத்தபடி வந்தாள் கிழவி. குதிரையிலிருந்த நெப்போலியன் சொன்னார், “நீ என்ன கோச்சா பெண்ணா எனக் கேலி செய்தாயே... என் நண்பர்கள் கேளிக்கையில் ஆழ்ந்திருந்தபோது நான் நாடுகளின் வரலாற்றை, யுத்த தந்திரங்களை, மகத்தான வெற்றியாளர்களின் வாழ்க்கைப் போராட்டங்களை வாசித்தேன். அன்று விளையாடிய என் நண்பர்கள் படைவீரர்களாக, அதிகபட்சம் சிறிய படையணியின் தலைவர்களாக உள்ளனர். நான் இன்று சக்கரவர்த்தியாக உலகை ஆள்கிறேன்” என்றாராம்.

படித்தால் நாடே கிடைக்கிறது. வேலை கிடைக்காதா என்ன?

நாம் எதனால் வாசிப்பதில்லை?

வாசிப்பதன் பயன்களைப் பற்றி பள்ளியிலும் கல்லூரியிலும் தொடர்ச்சியாக அறிவுரைகள் வழங்கப்பட்டாலும் நம்மால் ஏன் வாசிக்கமுடியவில்லை. விரிவான ஆய்வுகள் வாசிப்பை தடை செய்யும் சில காரணிகளைப் பட்டியலிடுகின்றன.

குடும்பச் சூழல் – உண்மையில் பல குடும்பங்களில் வாசிப்பதற்கான சூழலே இருப்பதில்லை. வறுமை அல்லது எந்நேரமும் பூசலிடுவது அல்லது குடும்பத் தொழில் காரணமாக வாசிப்பதற்கான உளநிலைகள் அமையாமல் இருப்பது. தமிழகத்தில் இருபது சதவீத மாணவர்கள் கல்லூரிக்கு வருவதே கடுமையான வறுமைக்கு மத்தியில்தான். சில மாணவர்கள் பகுதிநேரமாக வேலைபார்த்தால்தான் கல்வியைத் தொடர முடியும் என்கிற நிலையில் உள்ளார்கள். அவர்களால், உள்ளபடியே வாசிக்க இயலாது.

பயிற்சியின்மை – நமது சூழலில் ஒரு மாணவன் அதிகபட்சம் எட்டாம் வகுப்பு வரைதான் எதையாவது வாசிக்க அனுமதிக்கப்படுகிறான். பிறகு கல்லூரியில் சேரும் வரை மதிப்பெண்களுக்கான நெருக்கடியும் டீன் ஏஜ் குழப்பங்களும் வாசிக்கவிடாமற் செய்துவிடுகின்றன. ஆகவே திடீரென்று ஒரு நூலை கருத்தூன்றி வாசிக்கும் பயிற்சி இல்லாமல் போய்விடுகிறது.

ஆர்வமின்மை – பல காரணங்களால் ஆர்வமின்மை உண்டாகி விடுகிறது. ஓர் எளிய உதாரணம் சொல்வதென்றால் இன்று தமிழகத்தில் பொறியியல் பயிலும் பெரும்பான்மை மாணவர்களுக்குத் தங்கள் எதிர்காலம் பற்றிய நிச்சயமின்மை மனச்சோர்வினை

உருவாக்கியுள்ளது. ஆகவே எதைச் செய்து என்ன ஆகப்போகிறது எனும் மனநிலை நீடிக்கிறது.

வழிகாட்டல் இல்லை / ஊக்குவிப்பில்லை – மிகப்பெரிய பிரச்சனையாக இது கருதப்படுகிறது. இன்று வாசிக்க நினைக்கும் இளைஞனின் கையில் முக்கியத்துவம் இல்லாத சலிப்பூட்டும் ஒரு நூல் சிக்கிவிட்டதென்றால் மிக எளிதாக ஆர்வம் இழந்துவிடுவான். பிறகு புத்தகங்களின் திசைக்கே திரும்பமாட்டான். ஆகவே, எதை வாசிப்பது, எப்படி வாசிப்பது என்ற வழிகாட்டல் மிக முக்கியம். போலவே வாசிப்பை ஊக்குவிக்கும் ரிவார்டுகளும் மிக அவசியம்.

கவனச்சிதறல்கள் – இணையம் – ஸ்மார்ட்போன் – தொழில்நுட்பம் – விளக்கம் தேவையில்லை; இருப்பினும் சில அபாயங்களை தனி அத்தியாயத்தில் அறிமுகப்படுத்துகிறேன்.

கல்வி சார்ந்த அழுத்தங்கள் – இன்று கல்லூரிகளிலேயே ஏராளமான திறன் மேம்பாட்டுப் பயிற்சிகள் வழங்கப்படுகின்றன. சிலபஸ்களை முடிக்கவே நேரம் போதாத நிலையில் சில கல்வி நிறுவனங்கள் இருக்கின்றன. அன்றாடம் மாணவர்கள் விரல் ஒடியும் வண்ணம் அசைண்ட்மெண்ட் கொடுக்கும் பேராசிரியர்களும் உண்டு.

இதையெல்லாம் தாண்டிய ஒரு பெரிய காரணம் உண்டு. அதன் பெயர் ‘சுவாரஸ்யமின்மை’

நமக்கு ஏன் புத்தகங்கள் சுவாரஸ்யமாக இல்லை?

பல இடங்களில் மாணவர்கள் என்னிடம் சொல்லியிருக்கிறார்கள். "சார் நான் வாசிக்கணும்னுதான் ஆரம்பிப்பேன். ரெண்டு பக்கம் வாசிச்சதும் தூக்கம் வந்துடுது சார்." இன்னும் சில பேர், "எதையாவது வாசிச்சாலே கடுப்பா இருக்குது சார்" என்றார்கள். உண்மைதான். பொதுவாக வாசிப்பு செயல்பாட்டாளர்கள் காண மறுக்கும் ஓர் உண்மை இது. புத்தக வாசிப்பு குறைந்துபோனதற்கு சுவாரஸ்யமின்மைதான் முதன்மையான காரணம். ஆனால் அது புத்தகங்களின் பிழை இல்லை.

அம்மா அன்றாடம் காலையில் எழுந்து அவசர அவசரமாக நமக்கு காலை உணவை சமைத்துத் தருகிறார். அதை நாம் சாப்பிட்டு முடிப்பதற்குள் மதியம் கல்லூரியில் சாப்பிடுவதற்கான உணவையும் தயார் செய்து லஞ்ச் பாக்ஸில் அடைத்துத் தருகிறார். பெரும்பாலும் அது லெமன், தக்காளி, தயிர் சாதங்களாகவோ, கிச்சடியாகவோ, சேவையாகவோ, பிரெட் ஆம்லெட்டாகவோ, அரிசி பருப்பு சாதமாகவோ, உப்புமாவாகவோ அவசரக் கோலத்தில் தயாரிக்கப்பட்ட எளிய உணவாகத்தான் இருக்கும். மதியம் பசித்த வயிற்றுடன் சோற்றுப் பொட்டலத்தை திறக்கையில் அவசரமாக சமைக்கப்பட்ட வழக்கமான மெனு முகத்திலடிக்கும்.

இத்துடன் ஒப்புநோக்க பீஸ்ஸா கவர்ச்சியானது. வண்ணமயமானது. சூடானது. சுவையானது. ஜூஸியான அதன் சீஸ்... ஹா எழுதும்போதே என் நாக்கில் ருசி ஊறுகிறது. ரசித்து ருசித்து புசிக்க போதுமான அத்தனைத் தகுதிகளும் பீஸ்ஸாவிற்கு இருக்கிறது.

இல்லையென்றால் இத்தாலியின் ஏதோ ஒரு கிராமத்தில் உருவான பண்டம் உலகம் முழுக்க குடை விரிக்க முடியாது. தமிழ்நாட்டில் ஊருக்கு நூறு கடைகள் எனும் வீதத்தில் பீஸ்ஸா கடைகள் கிளை பரப்பியுள்ளன.

ஒரேயொரு கேள்விதான். அம்மாவின் அவசர லஞ்சுடன் ஒப்புநோக்க பீஸ்ஸா சுவையானதுதான். ஆனால் தொடர்ச்சியாக ஒரு நாளின் மூன்று வேளையும் பீஸ்ஸாவையே உணவாகக் கொண்டால் என்ன ஆவோம்? செத்துப்போவோம் என நீங்கள் முணுமுணுப்பது எனக்குக் கேட்கிறது. நீங்கள் நிஜ வாழ்வில் அதைத்தான் செய்கிறீர்கள். உங்கள் இன்ஸ்டாகிராம், ஃபேஸ்புக், ட்விட்டர், வாட்ஸாப் ஸ்டேட்டஸ் டைம்லைன்களோடு ஒப்புநோக்க புத்தகங்கள் சற்று சுவாரஸ்யம் குறைவானவைதான். ஒரு நடிகனின் சிக்ஸ்பேக் புகைப்படம், புதிய படம் பற்றிய அறிவிப்பு, நடிகையின் மொட்டை மாடி ஃபோட்டோ ஷூட், விளையாட்டு வீரனின் புதிய சிகையலங்காரம், நகைச்சுவை மீம்ஸுகள், அழகிகளின் டிக்டாக்குகள், காமெடி வீடியோக்கள், கேலிகள், கிண்டல்கள், நக்கல்கள், உலகின் ஏதோ மூலையில் நிகழும் வேடிக்கை வினோதங்கள், நண்பர்களின் சுற்றுலா புகைப்படங்கள் என நொடிக்கு நொடி நுரை கொப்பளித்தபடி என்னைக் கவனி என்னைக் கவனி என ஒளியாகவும் ஒலியாகவும் செய்திகள் வந்த வண்ணம் உள்ளன. ஒவ்வொரு தனிமனிதனும் தன்னை ஊடகமாக்கி தன்னை பண்டமாக்கி தன்னை கோமாளியாக்கி தன்னை அரசியல் நோக்கராக்கி இந்த உலகில் முன்வைத்துக்கொண்டே இருக்கிறான். ஒன்றுக்கொன்று தொடர்பில்லாத இவற்றை விடாது பார்த்துக்கொண்டே இருப்பது மூளைக்கு டோபோமைன் ஏற்றிக்கொள்வது போல. ஒரு புதிய தகவல் என்பது மூளையின் நுட்பமான பகுதியைச் சென்று தீண்டும் டோபோமைன். ஆகவேதான் சமூக ஊடகங்களில் புழங்குபவர்களுக்கு ஒரு ஆரம்பகட்ட உற்சாகம் கிடைக்கிறது. புத்துணர்ச்சி கிடைப்பதான உணர்வு ஏற்படுகிறது. தாங்கள் பிறர் அறியாத பலவற்றையும் தெரிந்தவர்களான ஒரு மயக்கத்தையும் உண்டாக்குகிறது. அந்த மெல்லிய ஆணவம் நாள்பட நாள்பட கெட்டிப்பட்டு போகிறது. எதையும் ஊன்றிக் கவனிக்கவோ நுட்பமாகப் புரிந்துகொள்ளவோ இயலாத மூளைச்சோம்பல் கொண்ட நோயாளி ஆக்குகிறது. குடியை விடவும் பெரிய பிரச்சனை இது. இப்போதே இணைய அடிமைகளுக்கான உள ஆலோசனை நிபுணர்கள் பெருகிவிட்டார்கள். எதிர்காலத்தில் நெட்டிஸன் மறுவாழ்வு மையங்கள் நிச்சயம் அமையக்கூடும்.

ஒரொரு நிமிடமும் பரபரப்பு கூட்டும் சமூக வலைதளங்களுக்குப் பழகிய ஒருவர் புத்தகங்களைப் பொறுமையாக வாசித்தல் இயலாத காரியம். அடுத்தத் தெருவில் ஆடல் பாடல் நிகழும்போது ஒருவன் வீட்டில் அமர்ந்து பாராயணம் செய்ய முடியுமா என்ன? புத்தகங்கள் கொஞ்சம் கொஞ்சமாகத்தான் நம்மை உள்ளிழுத்துக்கொள்ளும். அதற்குரிய பொறுமையையும் மரியாதையையும் நாம் புத்தகங்களுக்கு வழங்க வேண்டும். இரண்டு பக்கம் படிப்பதற்குள் போனை எடுத்து நோட்டிபிகேஷன்ஸ் பார்ப்போமானால், நமக்கு நோய் முற்றி விட்டது என்று பொருள். நான்கைந்து பக்கங்கள் படிப்பதற்குள் எழுந்து சென்று போனை நிரடிப்பார்க்கும் ஆவலை என்னால் கட்டுப்படுத்தவே இயலவில்லை என சொல்லும் நண்பர்கள் எனக்குண்டு.

நூல்கள் அளிக்கும் சுவாரஸ்யம் என்பது ஒரு வாழ்க்கைக்குள் ஓராயிரம் வாழ்க்கை வாழும் நிகர் அனுபவம். வாழ்நாள் முழுக்க உடன் வரக்கூடியது. வாழ்வில் உக்கிரமான தருணங்களில் மனதின் அடியாழத்திலிருந்து எழுந்து வருவது. நாம் வாழும் வாழ்க்கைக்கு மேலும் நுண்ணிய அர்த்தங்களைச் சேர்ப்பது. இந்த வாழ்க்கையைப் புரிந்துகொள்வதற்கும் பெருக்கிக்கொள்வதற்கும் வழிகாட்டுவது. டிவைஸ்கள் அளிக்கும் சிற்றின்பங்கள் ஒருபோதும் இத்தகைய பேரின்ப அனுபவங்களுக்கு இணையாகாது.

டிவைஸ்களுக்கு எதிரான மனோபாவமா?

மிக மிகப் பழைய மனோபாவம் கொண்ட ஒருவனின் சொற்களாக இந்தப் புத்தகம் புரிந்துகொள்ளப்படும் அபாயம் இருக்கிறது. எகிப்து பிரமிடு ஒன்றிலிருந்து எழும்பி வந்த மம்மிக்களுள் ஒன்று பல நூற்றாண்டுகள் பழைய தொழில்நுட்பமான புத்தகங்கள், நாளிதழ்கள் என்று ஜல்லியடித்துக்கொண்டிருக்கிறது எனத் தோன்றலாம். ஆனால் நான் ஒருபோதும் தொழில்நுட்பத்திற்கு எதிரானவன் அல்ல. தொழில்நுட்பத்தை எதிர்ப்பவன் முழுமூடன். தொழில்நுட்பம் ஆயிரம் பகாசுரக் கரங்களுடன் வரலாற்றை உருமாற்றிக்கொண்டிருக்கும் ஒன்று. அத்துடன் மோதி வெல்லும் வல்லமை இறைவனுக்கும் இல்லை. நான் மீண்டும் மீண்டும் இளைஞர்களிடம் வலியுறுத்திச் சொல்வது ஒன்றைத்தான். தொழில்நுட்பத்தை உங்கள் தேவைக்கு மட்டும் பயன்படுத்தினால் நீங்கள் அதை உபயோகிக்கிறீர்கள் என்று பொருள். தொழில்நுட்பம் உங்களைப் பயன்படுத்திக்கொண்டிருந்தால் அதன் பொருள் என்ன? நீங்கள் வெறும் கச்சாப்பொருள். அவ்வளவே. உங்களை அரைத்துத் துப்பிவிட்டு அது அடுத்த ஆளை நோக்கிச் சென்றுவிடும்.

டிவைஸ்களின் பயன்பாட்டைக் குறித்து எச்சரிக்கும் ஆய்வுகள் உலகெங்கும் வெளியானபடி இருக்கின்றன. அவையெல்லாம் உங்களை வந்தடைகிறதா என்பது அச்சமாக இருக்கிறது. ஒரு டைப்ரைட்டரில் டைப் அடிக்கும் வேகத்தில் காரணகாரியம் இன்றி போனில் டைப் செய்துகொண்டிருக்கும் கம்பல்சிவ் டெக்ஸ்டிங் கற்றல் குறைபாட்டினை உருவாக்குகிறது. இந்தப் பிரச்சனை ஆண்களை விட பெண்களுக்கு அதிகம். காதில் கருஞ்சரடு மாட்டி கல்லூரிக்கு வருகையிலும் போகையிலும் ஹாஸ்டலிலும் பாட்டு கேட்டுக்கொண்டே இருப்பவர்களின் காதில் பாதகம் விளைவிக்கும் பாக்டீரியாக்களின் வளர்ச்சி ஊக்குவிக்கப்படுகிறது. மிகக் குறுகிய காலத்தில் செவி கேட்கும் திறனை இழக்கிறது. அதை மீட்டெடுக்க வைத்தியத்தில் வழியே இல்லை. காது

கேட்கும் கருவிதான் மாட்டவேண்டும். போன் அடிக்காதபோதே அடிப்பது போன்ற உணர்வு அடிக்கடி எழுவது, பேட்டரி டவுண் ஆகும்போது உருவாகும் மன உளைச்சல், இரவிரவாகப் போன் பயன்படுத்துவதால் உருவாகும் தூக்கமின்மை, தூக்கமின்மையின் விளைவால் உடல் பருமன், செரிமானப் பிரச்சனை, மன அழுத்தம், மாதவிடாய் கோளாறு, நரம்புத் தளர்ச்சி உள்ளிட்ட பிரச்சனைகள். கவனமின்மை, உடல் சோர்வு, நேரத்தை நிர்வகிக்க முடியாமல் போவது போன்ற பல உப விளைவுகள். இவற்றைப் பற்றிய கவனம் நமக்கு இருக்கிறதா?

மேற்கண்டவற்றை விடவும் அபாயகரமான இரு உளவியல் சிக்கல்கள் அதிகரித்து வருவதைப் பார்க்கிறேன். ஒன்று 'ஷேரிங் பெருமாள்களின்' ஆளுமைக் குறைபாடு. எப்போதும் எதையாவது நண்பர்களுடனும் சமூக வலைதளங்களிலும் பகிர்ந்துகொண்டே யிருப்பது. இந்த உளநிலையைப் பற்றி பல ஆராய்ச்சிகள் மேற்கொள்ளப்பட்டு வருகின்றன. தனக்கென ஒரு ஆளுமை இல்லாதவர்கள். இல்லாத ஒரு போலி பிம்பத்தை நண்பர்கள் மத்தியில் கட்டமைக்கவே ஷேரிங் பெருமாள்களாக மாறுகிறார்கள் என்கிறார்கள் உள நிபுணர்கள். நான் எப்படியாப்பட்டவன் தெரியுமா? எப்படியாப்பட்ட விஷயங்கள் எனை வந்து சேர்கின்றன தெரியுமா? உங்களுக்கு இதை தெரியப்படுத்தி வழிநடத்தவேண்டிய பொறுப்பு எனக்குதான் இருக்கிறது என ரியல் செல்ஃபுக்குப் பதிலாக ஒரு சோஷியல் செல்ஃபை உருவாக்கும் முயற்சிதான் இது. இதிலிருந்து வெளியேறுவதற்கு ஒரு வழி இருக்கிறது. நீங்களே சிந்தித்து உருவாக்காத ஒன்றை ஒருபோதும் பரப்பாதிருப்பது. கருத்தோ, பாடலோ, டிக்டாக் வீடியோவோ, மீம்ஸோ – நீங்கள் உருவாக்கியிருந்தால் நீங்கள் ஒரு படைப்பாளி. அதை உலகத்தோடு பெருமையோடு பகிர்ந்துகொள்ளுங்கள். எவனோ உருவாக்கிய ஒன்றை அது எவ்வளவு முக்கியமானதெனினும் பரப்புவதில்லை என்பதே சரியான நிலைப்பாடு.

இன்னொரு சிக்கல். சமூக வலைதளத்தில் நாம் அன்றாடம் பார்த்துக்கொண்டிருப்பது சக மனிதர்களின் வாழ்க்கைத் தருணங்களை. ஒருவர் வீடு வாங்கியிருக்கிறார். இன்னொருவர் புதிய காருடன் படம் போடுகிறார். போட்டியில் வென்றிருக்கிறார். விருது பெற்றிருக்கிறார். குடும்பத்தோடு வெளிநாட்டுக் கடற்கரையில் எடுத்த புகைப்படம். வெற்றி பெற்ற திரைப்படத்தின் சக்ஸஸ் பார்ட்டி. பணி உயர்வு. குழந்தைகள் போட்டிகளில் வென்ற செய்திகள். பண்டிகைப் பரிசுகள். குடும்பக் கொண்டாட்டங்கள். காதலியுடன் பொன்னான தருணம், அழகிய தோழியர் புடைசூழ

செல்ஃபி, திருமண போட்டோ ஷூட்டுகள் என பெரும்பாலும் களியாட்டுகள். நம்முடைய வாழ்வில் இத்தனை கொண்டாட்டங்கள் இல்லை. நாம் விஜயராமபுரத்திலிருந்து கிளம்பி சாத்தான்குளம் வந்து சைக்கிளை பஸ் ஸ்டாண்டில் போட்டுவிட்டு நாசரேத் பஸ் ஏறி நிறுத்தத்தில் இறங்கி காலேஜ் வரை நடந்து வகுப்பு முடிந்ததும் பழையபடி அதே வழியில் திரும்பும் அன்றாடம் உடையவர்கள். பெரிய வர்ண வேறுபாடுகளற்ற தினசரி வாழ்க்கை நம்முடையது. அடுத்தவனின் கொண்டாட்டத்தையும் வெற்றியையும் மட்டுமே சதாசர்வகாலமும் பார்த்துக்கொண்டிருப்பது உருவாக்கும் மன அழுத்தத்தைப் பற்றி நாம் யோசிப்பதே இல்லை. சாதாரணர்களின் வாழ்வில் திருமணம், வீடு, கார், பதவி உயர்வு, விருது என்பன போன்ற அசாதாரண சம்பவங்கள் நான்கைந்து தடவைதான் சாத்தியம். நாம் வாழ்வதெல்லாம் ஒரு வாழ்க்கையா எனும் எண்ணம் நம்மைப் போன்ற சாதாரணர்களுக்குள் எழுவது இயற்கை. நமக்கு நாமே தாழ்வுணர்ச்சியை ஏன் உருவாக்கிக்கொள்ள வேண்டும்.

இந்த நூற்றாண்டின் இந்தத் தருணத்தில் இருவகை மனிதர்கள்தான் உள்ளார்கள். ஒளிரும் திரைக்கு உள்ளே இருப்பவர்கள். திரைக்கு வெளியே இருப்பவர்கள். உள்ளே இருப்பவர்கள் வென்றவர்கள். சாதனையாளர்கள். எதையாவது ஒன்றைச் செய்து காண்பித்தவர்கள். ஆகவே வெளியே நிற்கும் நாம் அவர்களை வாய்பிளந்து பார்த்துக்கொண்டே இருக்கிறோம். நீ உள்ளே நிற்கப்போகிறாயா? வெளியே நிற்கப்போகிறாயா என்பதைக் கேட்டுக்கொள். உள்ளே நிற்க விரும்பினால், உலகமே உன்னை கவனிக்க விரும்பினால் நீ ஒருபோதும் வெளியே நிற்காதே. உன் ஆர்வம் செல்லும் திசையை நோக்கி விசையோடு செல். இன்று தன் துறையில் முழு அர்ப்பணிப்போடு செயலாற்றி தன்னை இழப்பவர்கள் மிகவும் குறைவு. கபீரின் கவிதை ஒன்று.

செய்யும் ஒன்றை
முழுதாய்ச் செய்.
எல்லாம் செய்தவனாவாய்.
இருக்கும் எல்லாவற்றையும்
செய்ய நினைத்தால்
அந்த ஒன்றையும் இழந்திடுவாய்.
பூக்களும் பழங்களும் தேவையெனில்
நீ நீரூற்ற வேண்டியது வேருக்கே.

---

1. நூல்: புன்னகைக்கும் பிரபஞ்சம். மொழிபெயர்ப்பு: செங்கதிர்

நான் வீடியோ பார்க்கிறேன் போதாதா?

“சார் என்னை என்ன வேணும்னாலும் சொல்லுங்க எனக்கு வாசிக்க மட்டும் வராது சார்” என்பார்கள் சிலர். ஏன், கண்பார்வை சரியில்லையா என்பேன் நான். “இல்ல, சார் எனக்கு என்னமோ புக்ஸ் எனக்கான மீடியம் இல்லைன்னு தோணுது சார்” என்பார்கள். ஏன், எழுத்தறிவு இல்லையா என்பேன் நான். “சார் நான் வாசிக்கறதுதான் இல்லையே தவிர நிறைய வீடியோஸ் பார்ப்பேன் சார். ஆடியோ புக்ஸ்லாம் கேட்பேன் சார்” என்பவர்களிடம் சரி, நீங்கள் சமீபத்தில் கேட்ட புதிய சிந்தனையை வெளிப்படுத்தும் உரையை குறிப்பிடுங்கள் என்பேன். நீங்கள் கேட்ட ஆடியோ புத்தகம் ஒன்றின் மையக்கருத்தை ஒரு பத்து நிமிடம் பேசுங்கள் என்பேன். பெரும்பாலும் ஓடிவிடுவார்கள்.

வீடியோக்களும் ஆடியோக்களும் வாசிக்க இயலாத முதியவர்கள், நோயாளிகள், பார்வைத்திறனற்றவர்கள், பாமரர்கள், நெருக்கடியான பணிகளில் இருப்பவர்களுக்காக உருவானவை. அறிவுத் தேட்டம் உள்ள ஒருவன் தனது அறிதலின் ஒரு வழியாக மட்டுமே இவற்றைப் பயன்படுத்த வேண்டுமே தவிர இதைப் பெருவழிப்பாதையென கருதிவிடக் கூடாது. வீடியோ மட்டுமே பார்த்து, ஃபேஸ்புக்கில் மட்டுமே வாசித்து அறிஞர் ஆன ஒருவரை நானும் என் நண்பர்களும் கடந்த பத்தாண்டுகளாகத் தேடிக்கொண்டிருக்கிறோம். இன்னும் சிக்கவில்லை. வீடியோக்களுக்கு நினைவில் வாழும் வீரியம் இருப்பதில்லை. சில திறன்களை மேம்படுத்திக்கொள்ள வீடியோக்கள் உதவலாம்.

ஒளிரும் திரைகளின் இன்னொரு பிரச்சனை– அவை கற்பனையை கட்டுப்படுத்துகின்றன. ஒரு உதாரணம் சொல்கிறேன். ‘பொன்னியின்

செல்வன்’ வாசிக்கும் ஒவ்வொருவருக்கும் மனதில் உருவாவது ஒவ்வொரு வந்தியத்தேவன். திரையில் வந்தியத்தேவனாக நடிகர் விக்ரம் நடிக்கிறார் என்று வையுங்கள். அதைப் பார்க்கும் ஒவ்வொருவருக்குமே அவர் ஒரே வந்தியத்தேவர்தான். கற்பனைச் சிறகு எல்லையில்லாதது. ஒரு நாவலை வாசிக்கையில் உங்கள் அகத்தில் விரியும் சித்திரம் மிக மிக விரிவானது. நீங்கள் பார்க்கும் நிலம், மனிதர்கள், தாவரங்கள், இயற்கைக் காட்சிகள், உணர்ச்சிகள் அத்தனையும் புதியது. அந்தரங்கமானது. திரைகள் தொழில்நுட்பத்தால் செறிவாக்கின ஒற்றை அனுபவத்தை மட்டும்தான் தர இயலும்.

மேம்படுத்த சில வழிகள்

கடுமையான உடற்பயிற்சிகளை மேற்கொள்ள கடும் 'வில் பவர்' (மன உறுதி) தேவை என்பார்கள். ஆனால் வாசிப்பு விஷயத்தில் 'வில் பவர்' போதாது. 'லவ் பவர்' வேண்டும். உங்கள் காதலியை சந்திக்கச் செல்வதென்றால் எத்தனை ஆர்வமாக கிளம்பிச் செல்வீர்களோ அத்தனை ஆர்வத்தோடு புத்தகத்தை நோக்கிப் பாயவேண்டும். ஆரம்பத்தில் இது சற்று கடினமாகத்தான் இருக்கும். ஆனால் நினைவிருக்கட்டும். நல்லவை அனைத்துமே கடினமானதுதான். திடீரென்று இங்கிலீஷ் செகண்ட் பேப்பர் என்று ஆறாவது வகுப்பில் உங்களுக்கு அறிமுகமானதே, திடுதிப்பென்று நேர்நேர் தேமா கற்றுத்தந்தார்களே, சைன் டீட்டா, காஸ் டீட்டா, வெர்னியர் அளவுகோல், ப்யூரெட், ஆர்க்கிமிடீஸ் என நீங்கள் எத்தனை நெருப்புக்குண்டங்களைத் தாண்டி வந்தவர்?!

எந்தவொரு பழக்கத்தையும் தொடர அதன் பலாபலன்கள் நம் கண்ணுக்குத் தெரியவேண்டும். 'ரிவார்டு' எனும் சொல்லால் அதைக் குறிக்கலாம். உடல் இளைக்க ஓடுபவர்கள் எடை போட்டு தங்கள் முயற்சியின் பலனை புறவயமாகத் தெரிந்துகொள்ளலாம். ஆனால், வாசிப்பின் பலன்கள் உடனே தெரியாது. ஆகவே ரிவார்டுகளை உங்களுக்கு நீங்களேதான் கொடுத்தாக வேண்டும். ஒரு புத்தகத்தை வாசித்து முடித்தபின் உங்களை நீங்களே பாராட்டி பரிசளித்துக்கொள்ளுங்கள். இந்த விஷயத்தில் எழுத்தாளர் பா. ராகவன் எனக்கு முன்னோடி. அவர் எடுத்த காரியத்தை முடித்தால் தனக்குத்தானே பாராட்டி எழுதிக்கொள்வார். தனக்குத்தானே பரிசளித்துக்கொள்வார்.

தொலைபேசி கண்டறியப்பட்ட காலத்தில் ஆங்கிலேய எழுத்தாளர்கள் பலரும் 'தவிர்க்க முடியாத ஒரு தொந்தரவு' என அதைப்பற்றி கட்டுரைகள் எழுதினார்கள். தங்களது தனிமையையும் படைப்பு மனோநிலையையும் தொந்தரவு செய்யக்கூடும் என அச்சப்பட்டார்கள். செல்போன் அறிமுகமானபோதும் அந்தப் பதட்டம் தொடர்ந்தது. ரிலையன்ஸ் ஒரு ரூபாய் கொடுத்தால் ஒரு சிடிஎம்ஏ செல்போன் எனும் திட்டத்தை அறிமுகப்படுத்தியபோது மக்கள் அலையலையாகச் சென்று போன்களை வாங்கிக் குவித்தார்கள். அப்போதெல்லாம் போன் தொலைந்துவிடாமலும் கீழே விழுந்து உடைந்துவிடாமலும் இருக்க அதை ஒரு அழகிய கயிற்றோடு பிணைத்து கழுத்தில் தொங்கவிட்டுக்கொள்வார்கள். அப்போது நாஞ்சில் நாடன் எழுதினார். கண்ணுக்குத் தெரியாத நாய்ச் சங்கிலி ஒன்று நம் எல்லார் கழுத்திலும் மாட்டப்படுகிறது. அதன் மறுமுனை பல்லாயிரம் நபர்களிடம் சென்று சேரப்போகிறது. நினைத்தபோதெல்லாம் அவர்கள் அந்தச் சங்கிலியை சுண்டியிழுத்து நம் கவனத்தையும் நேரத்தையும் எடுத்துக்கொள்ள முடியும் என்று. அது சத்தியமான உண்மை என இன்று நிரூபணம் ஆகியுள்ளது. இன்று ஒரு மனிதன் தன் அன்றாடத்தை அவன் தீர்மானித்தபடி வாழ்வது இயலாத காரியம். நீங்கள் ஒரு காரியத்தை திட்டமிட்டு இருப்பீர்கள், உங்கள் மேலாளர் அழைத்து ஒரு வேலை சொல்லுவார். உங்கள் மனைவி அழைத்து இன்னொரு வேலை சொல்வார். ஊரிலிருந்து வரும் செய்தி ஒரு வேலையைக் கொடுக்கும். உங்கள் நண்பர் மாலையில் ஒரு சந்திப்புக்கு ஏற்பாடு செய்வார். எதையும் மறுக்கவோ மறைந்துகொள்ளவோ இயலாது. போனை அணைத்துவிட்டு ஒரு வாரத்திற்கு தீவிர ஆராய்ச்சியிலோ அல்லது சிந்தனையிலோ அல்லது வாசிப்பிலோ மூழ்கமுடியுமா நம்மால்?

டிவைஸ்கள் நம் கவனத்தைக் கோரும் வகையில் வடிவமைக்கப்பட்டவை. அதன் அவதார நோக்கம் அப்படிப்பட்டது. ஆகவே அது டைம் ஈட்டிங் மெஷினாகத்தான் செயல்பட முடியும். ஒவ்வொன்றையும் அதன் படைப்பு நோக்கத்தைப் புரிந்துகொண்டு பயன்படுத்துவது நல்லது. "இந்த மானுட குலம் கற்றது பெற்றது உருவாக்கியது அனைத்தும் புத்தகப் பொக்கிஷத்தின் அற்புதப் பக்கங்களில் பாதுகாக்கப்பட்டுள்ளது" என்கிறார் ஸ்டூவர்ட் கார்லைல். புத்தகத்தின் படைப்பு நோக்கம் இந்த உலகத்திற்கு ஏதோ ஒன்றைச் சொல்வதும் அறிவைப் பரப்புவதும். பேஸ்புக்கின் ஆதார நோக்கம் என்ன? ஒரு பல்கலைக்கழகத்தின் ஆணும் பெண்ணும் டேட்டிங் செய்துகொள்ள உதவுவது. ஆகவே, அதைத்தான் அது

வெற்றிகரமாகச் செய்யமுடியும். அங்கே நின்று இலக்கியம், தத்துவம், அரசியல் என தொண்டையடைக்க உணர்ச்சிகரமாகப் பேசுவதே ஒரு பாவனைதான். எதிர்பாலின ஈர்ப்புதான் ஃபேஸ்புக்கின் வெற்றி. ஃபேஸ்புக் துவங்கப்பட்ட இந்தப் பதினாறு ஆண்டுகளில் அங்கு பேசப்பட்ட எழுதப்பட்ட எந்தவொன்றிற்கும் மதிப்பில்லை. அங்கிருந்து விளைந்த தத்துவம் என்றோ கலை என்றோ கண்டுபிடிப்பென்றோ எதுவும் நிகழ்ந்ததில்லை. அதிகபட்சம் அதன் விளைவாக உங்களுக்கு ஒரு உறவு உருவாகியிருந்தால் நீங்கள் திருப்தி கொள்ளலாம்.

நான்கு பேர் சேர்ந்திருக்கும் அறையில் அல்லது ஒரு நண்பர் குழாமில் உங்கள் நேரத்தை உண்ணக்கூடிய உண்ணி யார் என்பதைக் கவனமாகக் கண்டு களையவேண்டும். இவர்கள் வெறும் நேர உண்ணி மட்டுமல்ல. உங்கள் வாழ்க்கையையும் உண்டு செரித்துவிடக்கூடியவர். ஓர் அறிவார்ந்த உரையில் பேச்சாளரை கவனிக்கவிடாமல் நோண்டுபவர். நீங்கள் ஒரு நூலில் ஆழ்ந்திருக்கையில், 'வா மச்சான் வெளில போகலாம்' என்று அழைப்பவர்கள். அறிவை நோக்கி நீங்கள் ஓரடி எடுத்து வைக்கையில் அதை கேலி கிண்டலால் இல்லாமலாக்குபவர். நேர உண்ணி யாரென உங்களால் கண்டறிய முடியாவிட்டால், நினைவிருக்கட்டும் நீங்கள்தாம் அந்த நேர உண்ணி. தயவுசெய்து உங்கள் நண்பர்களை வாழ விடுங்கள். இந்த நிமிடத்திற்காக வாழ்பவர்கள் வெறும் 'கன்ஸ்யூமர்கள்'. எதிர்காலத்திற்காகச் சிந்தித்து இலக்கை அமைத்து அதற்காக உழைப்பவர்கள் விதி சமைப்பவர்கள். இந்த உலகம் அவர்களுக்கானது. நீங்கள் ஆள்பவரா ஆளப்படுபவரா என்பது உங்கள் நேர நிர்வாகத்தில் இருக்கிறது.

ஒரு பழக்கத்தை அடியோடு நிறுத்துவது மிகவும் கடினம். ஆனால், ஒரு புதிய பழக்கத்தை உருவாக்கிக்கொள்வதும், தொடர்வதும் எளிது. அதன் வழியாக நாம் கைவிட நினைப்பது தன்னால் நிகழ்ந்துவிடும். என்னுடைய சமீபத்தைய வெற்றிகளில் ஒன்றை இங்கே பெருமிதத்துடன் பகிர்ந்துகொள்ளலாம் என நினைக்கிறேன். நேர நிர்வாகமும் புறம் கூறுதலும் என்னுடைய இருபெரும் பிரச்சனைகளாக இருந்தன. வாட்ஸாப் பயன்பாடு உடல் உள ஆரோக்கியத்தைப் பாதிக்கிறது என்பது என் நம்பிக்கையாக இருந்தது. போலவே அலுவலக நண்பர்களோடு அரட்டையடிக்கும்போதுதான் அதிகபட்சம் 'சோஷியல் லாஃபிங்' எனப்படும் புறங்கூறி சிரித்தல் நிகழ்கிறது. முதலில் வாட்ஸாப் அப்ளிகேஷனை போனிலிருந்து அழித்தேன். நாளொன்றுக்கு

ஸ்கிரீன் டைம் இரண்டு மணிநேரங்கள் வரை மிச்சமானது. இரவு சீக்கிரம் தூங்க முடிந்ததால், காலையில் சீக்கிரம் எழ முடிந்தது. காலையில் ஓட ஆரம்பித்தேன். முதலில் இரண்டு கிலோமீட்டர்கள். வியர்வையில் திளைக்க விரும்பிய உடலே என்னை இழுத்துக்கொண்டு ஓடியது. படிப்படியாக தினமும் நான்கு கிலோமீட்டர்கள். "நடப்பது என்பது கால்களால் சிந்திப்பது" என்றார் காந்தி. ஓட்டம் என்பது சிந்தனைகளை மேலும் கூர்மையாக்குவது. நியூரான்களுக்குள் ரஸவாதம் நிகழ்த்துவது. ஓட ஓட பேச்சு குறைந்தது. உணவு குறைந்தது. பால் பொருட்களை உடம்பு வேண்டாம் என்றது. வழக்கத்திற்கு மாறான அமைதி அகத்தில் குடியேறியது. காபி, டீ தேவைப்படாததால் காஃபிட்டேரியா அரட்டைகள் இல்லை. புறம் கூறுவது குறைந்ததால் அலுவலகத்தில் நட்பார்ந்த இனிய சூழல் உருவாகிற்று. இதை எழுதும் நாளில் வாட்ஸாப் சிறையிலிருந்து விடுபட்டு வெற்றிகரமாக 120 நாட்கள் ஆகின்றன. இடைக்காலத்தில் 5 கிலோ இளைத்திருக்கிறேன். இரண்டு புத்தகங்கள் எழுதியிருக்கிறேன். மூன்று பெருநாவல்கள் வாசித்திருக்கிறேன்.

நான் ஒவ்வொரு ஆண்டும் குறைந்தபட்சம் அறுபது நூல்களை வாசிக்கிறேன். அவற்றுள் 10 பெருநாவல்கள். தோராயமாக வருடத்திற்கு குறைந்தபட்சம் 15,000 பக்கங்கள். நான் வாழும் கோவையில் கிடைக்கும் நாளிதழ்களில் தினகரன் நீங்கலாக மீதி அனைத்தையும் அன்றாடம் வாசிக்கிறேன். இணையதளங்களில் அன்றாடம் ஒரு மணிநேரம் வாசிக்கிறேன். நண்பர்கள் அவ்வப்போது தங்களது படைப்புகளை அனுப்பி கருத்து கேட்பார்கள். தீவிர இலக்கிய ஏடுகள், ஊட்டி இலக்கிய முகாம், விஷ்ணுபுரம் விருது விழா, சொல்முகம் வாசகர் சந்திப்பு, கோயம்புத்தூர் புத்தகத் திருவிழா போன்றவற்றிற்குத் தயார் செய்துகொள்ள வாசிப்பது, நாவல் எழுதுவதற்கான ஆராய்ச்சி, பயணங்களுக்குத் திட்டமிட வாசிப்பது ஆகியவற்றையும் சேர்த்தால் சர்வ நிச்சயமாக 25,000 பக்கங்களைத் தாண்டிவிடுவேன். நாளொன்றுக்கு 12 மணிநேரம் உழைத்தாகவேண்டிய வாழ்க்கைச் சூழலில், இரண்டு மணிநேரங்கள் பயணத்திற்கே செலவாகும் நகர வாழ்க்கையில், வீட்டில் இரண்டு சிறு பெண் குழந்தைகளை வைத்துக்கொண்டு இது எப்படி சாத்தியமாயிற்று? 'ரெகுலாரிட்டி இஸ் தி கிங்' என்பேன்.

ஒன்றை இடையறாது தொடர்ச்சியாக செய்வதன் பெயர்தான் தவம். ஒருநாளின் குறிப்பிட்ட நேரத்தில் நீங்கள் தீர்மானித்த செயலை மட்டுமே தொடர்ச்சியாக செய்வதன் பலன்கள் அபரிமிதமானவை.

உதாரணமாக, நீங்கள் தினமும் காலை 7 மணி முதல் 7:30 வரை 30 நிமிடங்கள் வாசிக்க மட்டுமே ஒதுக்கி புத்தகம் படிக்கத் துவங்கினீர்கள் என்றால் ஓராண்டுக்கு குறைந்தது 12000 பக்கங்கள் வாசிக்க முடியும். சுமார் 200 பக்க அளவுள்ள 65 நூல்களை வாசிக்க முடியும். தொடர்ச்சியான சாதகத்தின் மந்திர சக்தி.

ஆனால், இந்த ரெகுலாரிட்டிக்கான முக்கிய நிபந்தனை உங்கள் வாசிப்பு அறையில் அல்லது மேஜையில் அல்லது பூங்கா பெஞ்சில் நீங்கள் ஒரு டிவைஸையும் அனுமதிக்கக் கூடாது. ஒரு கால்குலேட்டர்கூட. ஏற்கெனவே குறிப்பிட்டபடி டிவைஸ்கள் மானுடர்களின் கவனத்தைக் கோரும்படி வடிவமைக்கப்பட்டவை. நம்முடைய போனை ஒரு அரை மணிநேரம் அணைத்து வைத்தால் உலகம் அழிந்துவிடும் என்றுதான் நம்மில் பலரும் நினைத்துக்கொண்டிருக்கிறோம். உலகப் பெரும் கோடீஸ்வரர்களான வாரன் பஃபெட், பில்கேட்ஸ், மார்க் ஸக்கர்பெர்க் போன்றவர்கள் போனே உபயோகிப்பதில்லை. அவர்கள் வெறும் பணக்காரர்கள் மட்டுமல்ல. தாங்கள் திரட்டிய செல்வத்தை மானுட குலத்தின் மேன்மைக்காக செலவழிக்கும் புரவலர்களும்கூட. இந்த மூன்று வெற்றியாளர்களை இணைக்கும் ஒற்றைப் புள்ளி இடைவிடாத வாசிப்பு. நீ வாசிக்க வாசிக்க வளர்வாய் என்பது பஃபெட் வாழ்நாளெல்லாம் இந்த உலகிற்குச் சொல்லும் செய்தி. பில்கேட்ஸும் மார்க்கும் வருடத்திற்கு இரண்டு மாதங்கள் வாசிப்பு விடுமுறை எடுத்துக்கொண்டு அந்த ஆண்டில் வெளியான முக்கிய நூல்கள் அனைத்தையும் வாசித்துத் தள்ளுகிறார்கள்.

ஒரு நூலை கையில் எடுத்ததும் அதன் சைஸை பார்க்கிறோம். பக்க அளவைப் பார்க்கிறோம். அதை வாசித்து முடிக்க இத்தனை நாட்கள் ஆகும் என ஒரு மனக்கணக்கை உருவகிக்கிறோம். ஒரு நாளைக்கு இவ்வளவு பக்கங்கள் என தீர்மானிக்கிறோம். புனைவல்லாத நூல் எனில் அதை ஒரு சிங்கிள் கட்டுரையாகக் கருத வேண்டும். முடிந்த மட்டும் ஒரே சிட்டிங்கில் அதை வாசித்துவிடுவது நூலைப்பற்றிய ஒரு அபிப்ராயத்தை உருவாக்கிக்கொள்ள உதவும். நாவல் எனில், அது ஒரு முழு வாழ்க்கை. எத்தனை பாகங்கள் இருப்பினும் அதை ஒற்றைக்கதையாக உருவகித்துக்கொள்ள வேண்டும். இடைவெளி விட்டு இடைவெளி விட்டு வாசிக்கையில் தொடர்ச்சி அறுபடுவதோடு, பல நுட்பங்களையும் தவறவிட்டுவிடுவோம். உங்களால் ஒரு மணிநேரத்தில் 60 பக்கங்கள் வாசிக்க முடியும் எனில் 200 பக்க நூலை வாசிக்க அதிகபட்சம் மூன்றரை மணிநேரம்தான் தேவைப்படும். ஒரு திரையரங்கத்திற்கு வீட்டிலிருந்து கிளம்பிச்

சென்று சினிமா பார்த்து திரும்பி வர 5 மணிநேரம் தேவைப்படும். அதேயளவு நேரத்தை புத்தகத்திற்குக் கொடுக்க முடிவெடுத்தால் ஒரே சிட்டிங்கில் ஒரு நூலை வாசித்து முடிக்கலாம். 'இந்தியா வரலாறு: காந்திக்குப் பிறகு' (ராமச்சந்திர குஹா) நூல் அளவில் எவ்வளவு பெரியதெனினும் என்னைப் பொருத்தவரை அது ஒரு கட்டுரைதான். பின்தொடரும் நிழலின் குரல் (ஜெயமோகன்) நாவல் 700 பக்கங்கள். என் வாசிப்பு வேகத்திற்கு ஏழு மணிநேரங்கள். வார இறுதி எனில் ஒரே நாள். வேலை நாட்கள் எனில் இரு நாட்கள். ஒரே மூச்சில் வாசிக்கும்போது கதையின் சூழலில் நாமும் ஒரு பாத்திரமாக மாறி நிகர்வாழ்க்கை வாழ்ந்து திரும்பியிருப்போம். இலக்கிய வாசிப்பின் உன்னதங்களுள் ஒன்று இந்த அனுபவம்தான். நீங்களும் நானும் உலகப்போர்களைப் பார்த்ததில்லை, ரஷ்ய புரட்சியைப் பார்த்ததில்லை, பேரரசுகளின் படையெடுப்பை, காலனி ஆதிக்கத்தைப் பார்த்ததில்லை. ஆனால், வாசிப்பின் வழியாக நீங்கள் இவற்றில் பங்கெடுக்க முடியும். நான் சிங்கப்பூர் தவிர்த்து வேறு நாடுகளுக்குச் சென்றதில்லை. ஆனால் எனக்கு இஸ்தான்புலின் ஒவ்வொரு தெருக்களும் அத்துப்படி. செயின்ட் பீட்டர்ஸ்பெர்க் நகரில் நான் நனைந்திருக்கிறேன். மங்கோலியாவில், டப்ளினில், டோக்கியாவில், ஒட்டாவாவில் என் மனம் படாத இடமென ஒன்றில்லை.

ரீடிங் மாரத்தான்கள் கண்கண்ட பலனளிப்பவை. வெள்ளிக்கிழமை மாலை ஆரம்பித்து ஞாயிற்றுக்கிழமை மாலை வரை இடைவிடாது வாசிக்கலாம். இரண்டு நாட்களில் வாசிக்கத் தீர்மானித்திருக்கும் புத்தகங்கள். எங்கெல்லாம் அமர்ந்து வாசிப்பது எனும் திட்டமிடுதல். அடிக்கடி எழுந்து செல்ல அவசியம் இல்லாமல் ஸ்னாக்ஸ், தண்ணீர் பாட்டில், குறிப்பேடு, பேனா, சாக்லேட்டுகள் அனைத்தும் தயார் நிலையில் மேஜையில் இருப்பது நல்லது.

மாணவர்களாகிய உங்களுக்கு எதிர்காலம் குறித்த பல்வேறு திட்டங்கள் இருக்கும். குடிமைப்பணி, அரசுப்பணி, மேற்படிப்பு, வழக்குரைஞர், சுயதொழில், கலைத்துறை என. நீங்கள் வாசிக்கும் விஷயம் உங்களது எதிர்காலத்திற்கு உதவக்கூடியது எனத் தோன்றினால் தவறாமல் குறிப்பு எடுத்துக்கொள்ளுங்கள். அது மிகப்பெரிய பொக்கிஷம். மீண்டும் என் தனிவாழ்வில் இருந்தே உதாரணம் தருகிறேன். வாசிப்பிற்கு என்று வருடத்திற்கு ஒரு நோட்டு ஒதுக்கி குறிப்பெடுத்துக்கொள்ளும் வழக்கம் என்னுடைய 14 வயதில் துவங்கியது. 22வது வயதில் சட்டப்படிப்பிற்கான நுழைவுத்தேர்வுக்கு என்னுடைய எட்டு டைரிகளை மட்டும்

வாசித்துவிட்டு தேர்வுக்குச் சென்றேன். 86 கேள்விகளுக்குச் சரியாக விடையளிக்க அந்தக் குறிப்புகள் உதவின. இப்போது எழுத்தாளனாக எழுதப் புகுகையில் என் கைச்சரக்கே போதுமானதாக இருக்கிறது.

வாசிப்பவர்களுக்கு மேலதிகமாக நான் சொல்லும் பரிந்துரைகளுள் ஒன்று. அன்றாடம் ஜர்னல் எழுதுவது. டைரி எழுதுவதற்கும் ஜர்னல் எழுதுவதற்கும் வித்தியாசம் உண்டு. அன்றைய தினத்தில் என்ன நடந்தது என்பதை வெறுமனே தகவலாக எழுதி வைப்பது டைரி. அன்றைய தினத்தில் நிகழ்ந்த விஷயங்களில் உங்கள் பார்வையையும் சேர்த்து எழுதுவது ஜர்னல். எழுத ஆரம்பிக்கும்போது வார்த்தைகள் ஒன்றுக்கொன்று பின்னிக் கொண்டு முரண்டு பிடிக்கும். ஆனால், எழுத ஆரம்பித்த ஒரு வாரத்தில் உங்கள் உரைநடை மேம்பட்டிருப்பதையும் நீங்கள் புதிய புதிய சொற்களைப் பயன்படுத்த ஆரம்பித்துள்ளதையும் நீங்களே உணர்வீர்கள். ஒரு மாதத்தில் நீங்கள் சிந்திக்கும் விதம் உங்களுக்கு ஆச்சர்யமளிக்கும். சிந்திக்க, சிந்தனைகளைத் தொகுத்துக்கொள்ள, தொகுத்ததை தர்க்க ரீதியாக அடுக்கி கட்டுரைகள் புனையும் ஆற்றலை இந்தப் பழக்கம் உருவாக்கும். உங்களது பணிவாழ்வில் மிகச்சிறந்த தகவல்தொடர்பின் வழியாக முன்னுக்கு வருவதற்கும் தலைவனாக உயர்வதற்கும் இந்தப் பழக்கம் உங்களுக்கு கைகொடுக்கும். வாசிக்கும் வழக்கம் உள்ள எவரும் எழுத்தாளர் ஆவதற்கான தகுதி படைத்தவர்கள் என்பது என் அசைக்கமுடியாத நம்பிக்கை. யார் கண்டது? நாளையே நீங்கள் ஒரு சிறந்த எழுத்தாளராகவோ பேச்சாளராகவோ கவிஞராகவோ மிளிர முடியும்.

வாசித்த நூலைப் பற்றிய உங்களது கருத்தை ஒரு செறிவான கட்டுரையாக எழுதுவது சிறந்த பயிற்சி. நீங்கள் வாசித்தவற்றை உங்களுக்குள் தொகுத்துக்கொள்ள இப்பழக்கம் உதவும். முடிந்தால் ஒரு வலைப்பதிவு ஆரம்பித்து உங்கள் கட்டுரைகளைப் பகிர்வது நல்லது. உங்களைப் பின்தொடர்பவர்களுக்கு அந்த நூலைப் பற்றிய கவனத்தை உருவாக்கும். கூகிளில் தேடும்போது சில நூல்களுக்கு ஒன்றிரண்டு மதிப்புரைகள்கூட இருப்பதில்லை. வாசிப்பவர்களில் பாதி பேர் எழுதத் துவங்கினாலே ஒவ்வொரு புத்தகத்திற்கும் நூற்றுக்கணக்கான மதிப்புரைகள் / அறிமுகக் குறிப்புகள் இணையத்தில் கிடைக்கும். இது மாபெரும் மொழிச்சேவையாகவும் விளங்கும்.

நீங்கள் மதிப்புரை எழுதியதும் அந்நூலைப் பற்றி பிரபல எழுத்தாளர்கள், விமர்சகர்கள், தீவிர இதழ்கள் என்ன கருத்தை

வைத்துள்ளார்கள் என்பதை தேடி வாசிப்பது ஒரு நல்ல பயிற்சி. இதன் மூலம் பல்கோண வாசிப்பு சாத்தியமாகிறது. நீங்கள் தவறவிட்ட நுட்பங்களை இன்னொருவர் சுட்டும்போது நீங்கள் பேரிலக்கியங்களை அல்லது சிறந்த நூல்களை எப்படி ஆழமாக வாசிப்பது என்பதைக் கற்றுக்கொள்கிறீர்கள். ஆரம்பத் தயக்கங்கள், மிகை மயக்கங்கள் மறைந்து உங்களுக்கென்று கலைநோக்கு உருவாக ஆரம்பிக்கும்.

ரீடிங் க்ளப்புகளில் உறுப்பினராவது இணைவாசிப்புகளைச் சாத்தியப்படுத்தும். ஒரு மாதத்திற்கு ஒரு நூலை அறிவிப்பார்கள். அனைவரும் அதை வாசித்துவிட்டு சந்திப்பிற்கு வரவேண்டும். ஆளுக்கு ஐந்து நிமிடங்கள் அந்த நூலின் நுட்பத்தைப் பற்றி பேசவேண்டும். மிக மிக வெற்றிகரமான ஏற்பாடு இது. நான் சொல்முகம் எனும் குழுவின் அங்கத்தினரானபின்தான் பல ஆண்டுகளாகத் திட்டமிட்ட பேரிலக்கியங்களை வாசிக்க முடிந்தது.

நாளிதழ் வாசிப்பது எப்படி?

இன்று நாளிதழ்கள் வாசிக்கப்பட வேண்டியதில்லை என்பது ஆன்மீக குருக்கள் துவங்கி எழுத்தாளர்கள் வரை பலரும் செய்துவரும் பிரச்சாரம். இதைவிட மோசமான பிரச்சாரம் வேறொன்றுமில்லை. சமூகத்தின் அனைத்து தரப்பினரும் அவசியம் நாளிதழை வாசித்தாக வேண்டும். அதிலும் கல்லூரி மாணவர்களுக்கு நாளிதழ் வாசிப்பு மிக மிக அவசியம். செய்தித்தாள்களுக்கு 'லிவிங் டெக்ஸ்ட் புக்' என்றொரு பெயர் உண்டு. உலகம் உருண்டை என்றார் கலிலியோ. நாளையே சங்கரபாண்டி எனும் ஆய்வாளர் உலகம் சப்பட்டை என்று அறிவியல் பூர்வமாக நிரூபித்துவிட்டாரெனில் அது உங்கள் பாடப்புத்தகத்தில் மாற ஓராண்டு பிடிக்கும். செய்தித்தாளில்அன்றைக்கே வெளியாகிவிடும். ஆகவேதான் அது உயிருள்ள பாடப்புத்தகம்.

ஜோகன் கார்னஸ் ஜெர்மன் மொழியில் 1605ஆம் ஆண்டு பதிப்பித்த 'தி ரிலேஷன்' நாளிதழே உலகின் முதல் நாளிதழாக சர்வதேச பத்திரிகைகள் சம்மேளனத்தால் அங்கீகரிக்கப்பட்டுள்ளது. கிட்டத்தட்ட ஆறு நூற்றாண்டுகளாக 410 வருடங்களாக மனிதர்கள் தாம் வாழும் உலகைத் தெரிந்துகொள்ளவும் புரிந்துகொள்ளவும் நாளிதழ்களையே நாடி வருகிறார்கள். பாடப்புத்தகங்களில் உள்ள விஷயங்கள்கூட காலமாற்றத்தினால் காலாவதியாகிப் போய்விடும். எம். எஸ். டாஸும், லோட்டஸும், பாக்ஸ்ப்ரோ புரோகிராமிங்கும் படித்து முடிக்கும் முன்னரே காலாவதியாகிப் போய்விட்டன. ஆனால், நாளிதழ்கள் அன்றாடம் தகவல்களால் தங்களைப் புதுப்பித்துக்கொள்கின்றன. அவை அறிவைச் சுமந்து வருகின்றன. நாளிதழ்களைச் சுமக்கிற ஒவ்வொருவரும் அறிவை சுமக்கிறவர்களே.

தற்போதை போப் திரு. பிரான்சிஸ் போப் ஆண்டவராகப் பதவியேற்ற சில தினங்களில் அர்ஜெண்டினாவில் தான் வசித்த தெருவில் தனக்கு பேப்பர் சப்ளை செய்த சிறுவனை தொலைபேசியில் அழைத்து தான் போப் ஆகி வாடிகன் வந்துவிட்டேன். இனிமேல் என் வீட்டில் பேப்பர் போடவேண்டாம். நேரில் வந்து தகவல் சொல்லமுடியாமல் போய்விட்டதற்கு வருந்துகிறேன். இத்தனை நாள் எனக்கு வழங்கிய மகத்தான சேவைக்கு நன்றி என்று கூறினாராம். இந்தச் சிறிய சம்பவம் நாளிதழின் முக்கியத்துவத்தைப் புரிந்துகொள்ள உதவும்.

முதலில் சந்தையில் கிடைக்கும் செய்தித்தாளில் மிக நல்ல செய்தித்தாளை தேர்ந்தெடுத்துக்கொள்ள வேண்டும். ஆரம்ப வருடத்தில் ஒரு நல்ல ஆங்கில நாளிதழையும், பிற்பாடு ஒரு தமிழ் நாளிதழையும் கூடவே ஒரு பைனான்ஸ் நாளிதழையும் சேர்த்துக்கொள்வது நல்லது. ஒரு நாளைக்கு செய்தித்தாள் வாசிப்பிற்கு 45 நிமிடங்கள் ஒதுக்குவது நல்லது.

நல்ல செய்தித்தாள் ஒன்றில் வெளியாகும் செய்தி, செய்தியின் மூலப்பொருட்களான நான்கு அடிப்படையான அம்சங்களைக் கொண்டிருக்கும்: தகவல் (information), பின்னணி (background), செய்தியை பகுத்துக் கூறுதல் (analysis), மற்றும் விளக்கம் (interpretation). நன்றாக எழுதப்பட்ட செய்தியில், “யார்” (Who), “என்ன” (What), “எங்கு” (Where), “எப்போது” (When) மற்றும் “எப்படி” (How) ஆகிய விஷயங்கள் தெளிவாகச் சொல்லப்பட்டிருக்கும். ஒரு செய்தியை விரிவாக அது “ஏன்” (Why) நடந்தது என்று பின்னணியுடன் விளக்கிக் கூறும் பத்திரிகைகள் சிறந்தவையாக கருதப்படுகின்றன. செய்தி பகுத்துக் கூறப்படுவதால் வாசகர்களால் அதை எளிதாக உள்வாங்கவும் முடியும்.

பகுப்பாய்வு (analysis) செய்யப்பட்டு எழுதப்படும் செய்தி சமயங்களில் செய்தியாளர் / கட்டுரையாளரின் சொந்த எண்ணத்தை (opinion) தாங்கி நிற்கும். அத்தகைய கட்டுரைகள் பெரும்பாலும் அந்த செய்தி சம்பந்தப்பட்ட துறை சார்ந்த வல்லுநர்களால் எழுதப்படும். அவை விளக்கமாகவும் அதன் விளைவுகளையும் உள்ளடக்கி எழுதப்பட்டிருக்கும். நல்ல பத்திரிகை என்பது செய்தியில் தன் சொந்த எண்ணத்தை சேர்த்து எழுதாது. அந்த செய்தியின் மீதான பகுப்பாய்வு மற்றும் விளக்கம் சார்ந்து எழுதப்படும் சிறப்புக் கட்டுரைகள் தலையங்கத்தை (editorial) தாங்கி வரும் பக்கத்தின் எதிர்ப் பக்கத்தில் (opposite the editorial (op&ed)) பக்கத்தில் வெளியாகும்.

மேற்கண்ட இரண்டு பாராக்கள் பிரபல ஊடகவியலாளர் க்ராங்கைட் எழுதியது. அமெரிக்க ஒளிபரப்பு ஊடகத்தின் பேராளுமைகளுள் முதன்மையானவராகத் திகழ்ந்தவர் வால்டர் க்ராங்கைட் (Walter Cronkite). 'அங்கிள் வால்டர்' (Uncle Walter) என்று பிரியமாக அழைக்கப்பட்ட க்ராங்கைட் CBS Evening Newsக்காக 19 ஆண்டுகள் (1962–1981) செய்தி வாசிப்பாளராக பணியாற்றினார். க்ராங்கைட் செய்தி வழங்கிய விதம் அவரை அத்துறையின் உச்சத்தில் வைத்தது. 'அமெரிக்காவின் மிகுந்த நம்பிக்கைக்குரிய நபர்' என்று போற்றப்பட்டார். அவரது 'எப்படி வாசிப்பது?' என்ற கட்டுரையை 'இந்து தமிழ் திசை'யின் இதழாளர் சு. அருண் பிரசாத் மொழிபெயர்த்துள்ளார். அவரது அனுமதியுடன் அந்த பாராக்களை இங்கே எடுத்தாண்டுள்ளேன்.

> செய்தித்தாளின் அனைத்து பக்கங்களையும் வாசிக்க வேண்டும் என்று அவசியம் இல்லை. எது பிரியமான துறையோ அதை மட்டும் கூட வாசிக்கலாம். உதாரணம்: விளையாட்டு, இலக்கியம், தொழில்நுட்பம், அரசியல், சினிமா. அந்த ஆர்வங்களே உங்களை மேலும் தேடி வாசிக்கச் செய்துவிடும். இதுவரை செய்தித்தாள்கள் வாசித்தே பழகியிராதவர் எனில் எனது சிபாரிசு விளையாட்டுச் செய்திகளிலிருந்து வாசியுங்கள் என்பதே. அச்செய்திகளில் உங்களுக்குப் பரிச்சயமான கோல், ரன், விக்கெட், செட், பாயிண்ட் போன்ற வார்த்தைகள்தான் இருக்கும். உங்கள் வாசிப்பு தடையில்லாது தொடரும்.
>
> நான் பணத்தையும் நேரத்தையும் ஒதுக்குகிறேன். பதிலுக்கு நீ என்ன தருவாய் என்கிற கேள்வியுடன்தான் செய்தித்தாளை அணுக வேண்டும். பொதுவான செய்திகளைத் தவிர கூடுதலாக துப்பறியும் நிபுணனைப் போல வாய்ப்புகளைத் தேட வேண்டும். கல்வி, வேலைவாய்ப்பு, தொழில் என வாய்ப்புகள் நாளிதழில் அங்கங்கே ஒளிந்து கிடக்கும். நுண்மாண் நுழைபுலத்துடன் அவற்றைக் கண்டறிய வேண்டும்.

எதிலிருந்து தொடங்குவது?

வாசிப்பிற்கு ஒரு நோக்கம் இருக்கவேண்டும். என்னைப் பொருத்தவரை இலக்கற்ற வாசிப்பு அர்த்தமற்றது. இன்றிருக்கும் அன்றாட நெருக்கடியில் ஒருவனுக்கு வாசிக்கக் கிடைக்கும் நேரம் மிக மிகக் குறைவானது. அதைப் பயனற்ற நூல்களை வாசித்து வீணடிக்கக் கூடாது. நீங்கள் வாசிப்பதற்காக அதிகம் அலட்டிக்கொள்ளாத நபரென்றால் ஆண்டிற்கு அதிகபட்சம் 10 நூல்களைக்கூட உங்களால் வாசிக்க இயலாது. மேல் படிப்பிற்கோ அல்லது பணி வாய்ப்பு கிடைத்துச் சென்றாலோ இந்த எண்ணிக்கை மேலும் குறையக்கூடும். ஆகவே, முக்கியம் அல்லாத நூல்களில் நேரத்தைச் செலவிடுவதை விட மிகச்சிறந்த நூல்களைத் தேடி வாசிக்கலாம்.

உங்கள் ஆர்வத்திற்கு ஏற்றபடி சூழியல் நூல்கள், வரலாற்று நூல்கள், அறிவியல் நூல்கள், தத்துவம், வாழ்க்கை வரலாறு, தமிழ் க்ளாசிக் நாவல்கள், ரஷ்ய நாவல்கள், ஐரோப்பிய இலக்கியம், மரபு இலக்கியம், நிர்வாக நூல்கள், மார்க்கெட்டிங் நூல்கள், சுயமுன்னேற்ற நூல்கள் என ஒரு பட்டியலை உருவாக்கி வாசிக்கத் துவங்கலாம். இப்படிப்பட்ட தேடுதல் உள்ளவர்களுக்கு வழிகாட்டும் ஏராளமான பட்டியல்கள் இணையதளங்களில் கிடைக்கின்றன. உலகின் சிறந்த 100 நூல்கள், முப்பது வயதிற்குள் வாசித்திருக்க வேண்டிய நூல்கள், உலகப்பெரும் கோடீஸ்வரர்கள் பரிந்துரைக்கும் நூல்களின் பட்டியல் என ஏராளமான பரிந்துரைகள் உள்ளன. அல்லது உங்கள் பேராசிரியர்களின் வழிகாட்டுதலோடு ஒரு பட்டியலை உருவாக்கலாம். இந்நூலில் சிபாரிசுப் பட்டியல் இணைக்கப்பட்டுள்ளது.

உங்களது ரோல் மாடல் என ஒரு ஆளுமை இருப்பார். அவரை ஈர்த்த ஆளுமை என ஒருவர் இருப்பார். அவருக்கு இன்னொருவர் இருப்பார். இப்படிப்பட்ட ஒரு கிளையை உருவாக்கிக்கொள்ளுங்கள். அந்த ஆளுமை கிளை மரபில் ஒவ்வொருவரும் தங்களுக்குப் பிடித்த நூலை, தங்களது வெற்றிக்குக் காரணமான நூலைப் பரிந்துரைப்பார்கள்தானே. அவற்றைத் தேடிப்பிடித்து வாசியுங்கள். உங்கள் அந்தரங்க குருமரபின் அனைத்து ஆசிரியர்களையும் வாசித்துவிடுவீர்கள். சீக்கிரத்தில் அந்த மரபின் தொடர்ச்சியில் ஒரு கண்ணியாக இணைந்துவிடுவீர்கள்.

சிக்கலான நூல்களை எப்படி வாசிப்பது?

சிக்கலாக எழுத வேண்டும். வாசிப்பவர்களை முட்டாளாக்க வேண்டும் எனும் நோக்கத்துடன் எவரும் புத்தகங்கள் எழுதுவதில்லை. பேசுபொருள் சார்ந்து அல்லது மையக்கருத்து சார்ந்து ஒரு நூல் கடினமாகிவிட வாய்ப்புண்டு. குவாண்டம் பிசிக்ஸ் பற்றிய ஒரு நூலை பைங்கிளிக் கதை போல வாசிக்க முடியாது. படைப்பாளியின் மீது நம்பிக்கை வையுங்கள். மனவிலக்கத்துடனோ, முன்முடிவுகளுடனோ வாசிக்காதீர்கள். ஒன்றை வாசித்து பொருள் கொள்ள முடியாதது நம் பிரச்சனையா நூலின் பிரச்சனையா என யோசியுங்கள். கூச்சப்படாமல் சிறந்த வாசகர்களின் உதவியை நாடுங்கள். வழிகாட்டு நூல்களை வாசியுங்கள்.

சில நூல்கள் ஆய்வாளர்களுக்கானவை. அத்துறையில் இருக்கும் ஆரம்பநிலை ஆர்வத்தை வைத்துக்கொண்டு கல்லுக் கொழுக்கட்டைகளைக் கடித்துக் கொண்டிராதீர்கள். அத்தனை முயற்சிக்குப் பின்னும் ஒரு புத்தகம் உங்களுக்கு வாசலைத் திறக்கவில்லையென்றால் அது உங்களுக்கான நூல் இல்லை. மண்டையை உடைத்துக் கொண்டிராதீர்கள்.

வாசிப்பு குறித்த கற்பிதங்கள் பிழைகள்

வாசகன் என்பது ஒரு தகுதி. பையில் காசு இருக்கும் எவனும் கையில் நூல் இருக்கும் எவனும் எளிதாக தன்னை வாசகன் என நினைத்துக்கொள்ளலாம். ஆனால், உண்மையிலேயே வாசகன் என்று ஒருவன் தன்னை அழைத்துக்கொள்ள கடும் பயிற்சியும் உழைப்பும் தேவை. ஓர் எழுத்தாளனுக்கும் ஆய்வாளனுக்கும் இணையாக வாசிப்பவனே தன்னை அப்படி அழைத்துக்கொள்ளுதல் தகுதியானது.

இலக்கிய ஆக்ககங்களை வாசிக்கத் துவங்கும்போது அது எவ்வகை இலக்கியம் எனும் அழகியல் தெளிவு வேண்டும். உதாரணமாக ஒரு நாவல் எனில் யதார்த்தவாதமா, இயல்புவாதமா, கற்பனாவாதமா, பின்நவீனத்துவமா, மாயாயதார்த்தவதமா எனும் தெளிவு உண்டாயின் அதில் அதிகபட்சம் என்ன எதிர்பார்க்கலாம். எதை எதிர்பார்க்கக்கூடாது என்கிற போதம் உண்டாகும். பட்டுக்கோட்டை பிரபாகரின் நூலை எடுத்து வைத்துக்கொண்டு அதில் நுட்பமான தரிசனங்களை எதிர்பார்த்தல் தகா. கவிதையிலும் மரபுக்கவிதை, புதுக்கவிதை, ஹைக்கூ, லிமரிக், நவீன கவிதை, பின்நவீன கவிதை, எதிர் கவிதை என பல வகைமைகள் உள்ளன.

படைப்புகளை மேலும் மேலும் விரித்துக்கொள்ளுங்கள். உங்களை நோக்கி சுருக்கிக்கொள்ளாதீர்கள். அத்தனை நுட்பங்களையும் அள்ளிக்கொள்ள முயலுங்கள். அதற்குரிய ஆவேசத்துடன் அலட்சியமின்றி அக்கறையுடன் படியுங்கள். பொழுதுபோக்கிற்காக நீங்கள் படிக்கவில்லை. நல்ல வாசகன் ஒரு சிறுகதையின் தலைப்பை சொன்னதும், ஆசிரியர் பெயரை, கதைச்சுருக்கத்தை, கதாபாத்திரங்களின் பெயர்களை, அச்சிறுகதை பிற கதைகளிலிருந்து வேறுபடும் நுட்பத்தை, அதன் அழகியலை பிழையில்லாமல் சொல்லக்கூடியவனே இலக்கிய வாசகன். ஆயிரக்கணக்கான சிறுகதைகளை, நூற்றுக்கணக்கான நாவல்களை, கவிதைகளை

நினைவுக்கூரக்கூடிய தீவிர வாசகர்கள் நிறைய பேர் இருக்கிறார்கள்.

ஒரு நூலை ஆரம்பிக்கும்போதே முன்முடிவுகளுடன் அணுகுதல் பாவம். ஒரு எழுத்தாளனுக்கு தான் சொல்ல விழைவதைச் சொல்லும் முழு சுதந்திரத்தையும் நம்பிக்கையையும் அளிக்கவேண்டும். இவர் இந்த அரசியலைச் சேர்ந்தவர். ஆகவே இவரது கதை இப்படித்தான் இருக்கும் என்பது ஒரு மூட நம்பிக்கை. ஷோபா சக்தி ஒரு மார்க்ஸிய பெரியாரிஸ்ட். ஆனால், அவரது பெரும்பாலான கதைகள் கலைச் சாதனைகள். இமயம் திராவிட சார்புள்ளவர். ஆனால், அவரது கதைகளில் பிரச்சாரத்தன்மை துளியும் இருக்காது. ஆனால், முழுக்க முழுக்க தான் சார்ந்துள்ள கட்சியின் அரசியலை மட்டுமே கதை என்ற பெயரில் எழுதிவைப்பவர்கள் இச்சூழலில் நிறைந்திருக்கிறார்கள். அவை கட்சிக்காரரால் கட்சிக்காரர்களுக்காக எழுதப்படுபவை. நமக்கு ஐந்தாண்டுகளுக்கு ஒருமுறை வரும் தேர்தல் அறிக்கை போதுமானது.

ஓர் இலக்கிய ஆக்கத்தை வாசித்து முடித்துவிட்டு இதன் திரண்ட கருத்து என்ன என விட்டத்தைப் பார்த்துக்கொண்டிருக்கக் கூடாது. இவை பஞ்சதந்திர நீதிக்கதைகள் அல்ல. கருத்துக்கள், தீர்ப்புகள், அறுதியானவற்றை சொல்வதல்ல இலக்கியத்தின் நோக்கம். அது வாழ்வின் ஒரு துண்டைப் பிய்த்து கண்ணுக்கு மிக அருகில் கொண்டுவந்து பல்வேறு கோணங்களில் அணுகுகிறது. குறுக்கில் வெட்டி உள்ளிருப்பவற்றை ஆய்கிறது. சாராம்சமான பல கேள்விகளை எழுப்பிக்கொள்கிறது. பல்வகை வாசிப்பிற்கான வாசல்களைத் திறந்துவைக்கிறது. எழுத்தாளனின் தனிப்பட்ட வாழ்க்கை நோக்கின் ஒரு கோணத்தைக் காட்டுகிறது. எழுத்தாளன் இட்டுச்செல்லும் இடைவெளிகளில் நீங்கள் உங்களை நிரப்பிக்கொள்ள வேண்டும்.

அங்கொன்றும் இங்கொன்றுமாக பக்கங்களைத் தாண்டித் தாண்டி வாசித்துவிட்டு எழுத்தாளன் சொல்லாத ஒன்றை உருவகித்துக்கொள்வது பஞ்சமா பாதகங்களுள் ஒன்று. படைப்பில் பேசப்பட்ட காண்டெக்ஸ்டுக்கு வெளியே சென்று இல்லாத நுட்பங்களை உருவகித்துக்கொள்வதும் பிழைதான்.

நூலில் பேசப்படும் விஷயத்தின் வரலாற்றுப் பின்னணியை வாசித்து தெரிந்துகொள்வது, எழுத்தாளர் பிறந்து வளர்ந்த காலகட்டத்தின் வரலாறு, எழுத்தாளரின் வாழ்வில் நிகழ்ந்த சம்பவங்கள், அவரது அபிப்ராயங்கள், தெரிவுகள், செயல்பாடுகள், ஆர்வங்கள் கூட ஒரு நூலை அதிகம் புரிந்துகொள்ள உதவும்.

எந்த நூலையும் அத்துறையின் மிகச்சிறந்த ஆக்கங்களுடன் ஒப்பீடு செய்தே நீங்கள் உங்களுக்குள் வரிசைப்படுத்திக்கொள்ள முடியும். தரப்படுத்துதல் தவறு என்று சொல்வதற்கெல்லாம் இலக்கியத்தில் எந்த மதிப்பும் இல்லை. 'எல்லாமே இலக்கியந்தேன்' போன்ற பேபிம்மா கருத்துக்கள் அடித்து நொறுக்கி வீசப்பட்டுவிட்டன.

நண்பர்கள் கொடுத்துவிட்டார்களே என்பதற்காக ஆழமும் தீவிரத்தன்மையும் இல்லாத நூல்களை வாசித்தல் நேர விரயம் மட்டுமல்ல. நம் மொழியையும் சிந்தனையும் கூட பாதிக்கும். இன்று ஸ்மார்ட்போனும் நெட் வசதியும் உள்ள எவரும் தன்னை எழுத்தாளரென்று சொல்லிக்கொள்ள முடியும். சொல்லிக்கொள்கிறார்கள். எந்த உழைப்பும், அர்ப்பணிப்பும், தீவிரத்தன்மையும் இல்லாத அவர்களது ஃபேஸ்புக் பிரபல்யத்தை காசாக்கத் துணியும் பாஞ்சாயிரம் பதிப்பகங்கள் சூழலில் நிறைந்துவிட்டன. மீப்பெரும் எழுத்தாளர் அல்லது சிறந்த இலக்கிய வாசகனின் பரிந்துரை இல்லாமல் இத்தகைய நூல்களைக் கையாலும் தீண்டாதீர்கள்.

சிலர், "தூக்கம் வரும்வரை வாசிப்பேன் சார். காலையில் எழுந்ததும் சுத்தமாக மறந்துவிடும்" என்பார்கள். ஒரு நாளின் கடைசியாக நேரம் இருந்தால் மட்டுமே செய்யும் பொழுதுபோக்கல்ல வாசிப்பு. ஆராய்ச்சி அறிக்கையை எப்படி எழுதுவீர்களோ அத்தனை கவனத்துடன், உரிய இடத்தில் அமர்ந்து செய்யவேண்டிய விஷயம் அது.

பேரிலக்கியங்களை வாசிப்பது என்பது சற்று சிரமமானதுதான். அதற்காக அந்நாவலைக் கொண்டு உருவான திரைப்படத்தைப் பார்த்தோ அல்லது நாவலின் சுருக்கிய வடிவை வாசிப்பதோ சரியானதல்ல. லட்சக்கணக்கான இலக்கிய ஆக்கங்களின் மீது அப்படைப்பு சிம்மாசனமிட்டு அமர்ந்திருப்பதே அதன் ஒட்டுமொத்த வாழ்க்கை நோக்குக்காகத்தான். அதை காப்ஸ்யூலாக சுருக்கி விழுங்குவது ஏற்புடையதல்ல.

ஒரே நேரத்தில் பல நூல்களை வாசிப்பது சிலரின் இயல்பு. எனக்கு அந்தச் சிக்கல் ஆரம்பம் தொட்டே இருக்கிறது. அறிவுச் செயல்பாடு எனும் அடிப்படையில் அது வரவேற்புக்குரியதல்ல. சலிப்பையும் தீவிரமின்மையையும்தான் அது வெளிப்படுத்துகிறது. சிலர் அந்தந்த நேரத்தைய மனநிலைக்கேற்ப வாசிப்பதும் உண்டு.

வாசிப்பு செலவினம் மிக்க பழக்கமா?

மிக நிச்சயமாக இல்லை. தமிழகத்தின் முதன்மையான இலக்கிய வாசகரனான வழக்கறிஞர் ஈரோடு கிருஷ்ணன் தன் வாழ்நாளில் ஒரு புத்தகத்தைக்கூட விலை கொடுத்து வாங்கியவர் இல்லை. மாணவன் தயாரானால் ஆசிரியர் தானே வந்துசேர்வார் எனும் சித்பவனாந்தரின் பொன்மொழி போல. நீங்கள் வாசிக்கத் துவங்கிவிட்டால் உங்களை நோக்கி புத்தகங்கள் படையெடுக்கத் துவங்கும்.

அருகிலிருக்கும் அரசு நூலகத்தில் சந்தா கட்டி உறுப்பினராகிவிடுங்கள். மூன்று புத்தகங்களை இரவல் எடுத்து வாசிக்க முன்பணம் 60 ரூபாய்தான். பிறகு வருடத்திற்குச் சந்தா முப்பதே ரூபாய். கல்லூரி நூலகங்களில் ஆயிரக்கணக்கான நூல்கள் உங்கள் கைரேகை பதியக் காத்திருக்கின்றன. நண்பர்கள் ஒருவருக்கொருவர் நூல்களை பறிமாற்றிக்கொள்ளலாம். பழைய புத்தகக் கடைகளில் அற்புதமான நூல்கள் பாதி விலைக்குக் கிடைக்கின்றன. கிண்டிலில் ஏராளமான நூல்கள் இலவசமாகக் கிடைக்கின்றன. யுனெஸ்கோ லைப்ரரி, நேஷனல் டிஜிட்டல் லைபரரி, ஓபன் லைப்ரரி, ஆர்கேவ்ஸ், தமிழ் இணையக் கல்விக்கழகம், தமிழ் டிஜிட்டல் லைப்ரரி, மதுரை தமிழ் இலக்கிய மின் தொகுப்பு திட்டம் என ஏராளமான இணையதளங்களில் புத்தகங்களை இலவசமாக டவுண்லோடு செய்துகொள்ளலாம். தமிழில் ஜெயமோகன், சாரு நிவேதிதா, எஸ். ராமகிருஷ்ணன், நாஞ்சில் நாடன், அ. முத்துலிங்கம் உள்பட அனேகமாக முதன்மை எழுத்தாளர்களின் படைப்புகளும் அவர்களது தளத்திலேயே வாசிக்கக் கிடைக்கின்றன. இவை தவிர அழியாச்சுடர்கள், சிலிக்கான் ஷெல்ஃப், சிறுகதை.காம் போன்ற

தளங்களில் தமிழின் உலக சாதனை படைப்புகள் வாசிக்கக் கிடைக்கின்றன. ஆங்கிலத்தில் வாசிக்க விரும்புபவர்கள் இந்த லிங்கில் உள்ள தளங்களைப் பயன்படுத்தலாம்: <https://arunprasathonline.wordpress.com/bookmark/>

நான் அச்சில் கிடைக்காத நூல்களைத்தான் கிண்டிலில் வாங்குகிறேன். கிண்டிலில்கூட கிடைக்காத நூல்களை மேற்கண்ட இணையதளங்களிலிருந்து டவுண்லோடு செய்துகொண்டாலும்கூட பிரிண்ட் அவுட் எடுத்துப் படிப்பதே என் வழக்கம். எனிபுக்ஸ். காம், டெலிகிராம் போன்ற அப்ளிக்கேஷன்களில் திருட்டு டவுண்லோடு நூல்கள் படிப்பதில்லை. கள்ளச்சந்தை நூல்கள் (பைரசி பதிப்புகள்) ஒருபோதும் வாங்கமாட்டேன். இவை எழுத்தை முழுநேரத் தொழிலாகச் செய்யும் எழுத்தாளர்களின் ரத்தத்தைக் குடிப்பது போன்றது.

நாம் நூலகரை மதிக்கிறோமா?

இந்தியாவைத் தவிர பிற நாடுகளில் கல்லூரி முதல்வருக்கு அடுத்தபடியாக மதிக்கப்படுபவரும் சம்பளம் பெறுபவரும் நூலகர்தான். ஆனால், நமது கல்வி நிறுவனங்களில் நூலகர் எப்படி நடத்தப்படுகிறார். அவசியமற்ற ஒரு ஊழியராகக் கருதப்படுகிறார். மிக சொற்பமான சம்பளம் வழங்கப்படுகிறது. கல்லூரியின் எந்த ஒரு முடிவிலும் நூலகர்களுக்குப் பங்கில்லை. பேராசிரியர்கள் அவர்களை மதிப்பதில்லை. ஆகவே, மாணவர்கள் சீந்துவதில்லை. இஃதோர் இழிநிலை.

உண்மையில் நூலகர்கள் அறிவுலகத்தோடு நேரடித் தொடர்பில் இருப்பவர்கள். பதிப்பகங்கள் ஊடகங்கள் எழுத்தாளர்கள் இணையதளங்கள் பல்வேறு தரப்பினருடனும் உரையாடலில் இருப்பவர்கள். மாணவர்களின் அறிவு வளர்ச்சியிலும், பண்பு முன்னேற்றத்திலும் அவர் நிச்சயமான மாற்றங்களை உண்டுபண்ண முடியும். இன்றும் பல கல்லூரிகளில் தமிழ் மன்றங்கள், இங்கிலீஸ் க்ளப், ரீடிங் க்ளப், குவிஸ் க்ளப் போன்றவை பிழைத்துக் கிடப்பதற்கும் போட்டித் தேர்வுகளுக்குத் தயாராக மாணவர்கள் ஊக்குவிக்கப்படுவதும் நூலகர்களால்தான். மாணவர்கள் நலனுக்கான சில முயற்சிகளை நூலகர்கள் எடுக்கும்போது பேராசிரியர்களும் நிர்வாகமும் "உனக்கெதுக்குய்யா தேவையில்லாத சோலி" எனக் கேட்பதை நான் நேரில் கண்டிருக்கிறேன். தமிழ் மாணவர்களை இருளிலிருந்து மீட்க வேண்டிய பெரும் பொறுப்பு நூலகர்களுக்கு இருக்கிறது. அதற்குரிய ஆற்றல் அவர்களுக்குண்டு என்பதை நான் நம்புகிறேன். கனடா மக்கள் தொகையில் 60% பேர் நூலகங்களில் உறுப்பினர்களாக உள்ளனர். இந்தியா

நூலகப் பயன்பாட்டை மிக வேகமாக கைவிட்டுவரும் நாடு. தொழிலகம் தோறும் நூலகம், காவல் நிலையங்களில் நூலகம், அரசுப் பள்ளிகளில் நூலகம் என இந்த விஷயத்தில் கோயம்புத்தூர் தமிழகத்திற்கு வழிகாட்டி வருகிறது.

நூலகர்களும் வாசிப்பை ஊக்குவிக்க பல நடவடிக்கைகளை எடுக்க முடியும். எங்களது அலுவலகத்தில் 'Friday @ 4' என்றொரு நிகழ்ச்சியை வாரம் தவறாது நடத்துகிறோம். எங்கள் துறைக்கு சற்றும் தொடர்பில்லாத பிற துறையைச் சார்ந்தவர்களை அழைத்து வந்து ஒரு மணிநேரம் கலந்துரையாடல். நூலகங்களிலேயே இத்தகு கலந்துரையாடல்களை ஏற்பாடு செய்யலாம். வாசிக்க முடியாத நோயாளிகளுக்கும் முதியோர்களுக்கும் அவர்கள் விரும்பும் நூலை வாசித்துக் காட்டுவதை ஒரு சேவையாகச் செய்யும் அமைப்புகள் மேலை நாடுகளில் உள்ளன. கல்லூரி மாணவர்களும் இந்தச் சேவையில் ஈடுபடலாம். வாசிப்பிற்கு வாசிப்பு. புண்ணியத்திற்குப் புண்ணியம். சம்மர் ரீடிங் சேலஞ்ச், 1000 மணிநேர வாசிப்புச் சவால், நூலகப் பயன்பாட்டைப் பொருத்து ஊக்கத்தொகை என வெற்றிகரமான பல வழிகள் உள்ளன.

வாசகனின் கடமை

வாசகனின் முதன்மையான கடமை வாசிப்பதே. திறந்த உள்ளத்துடன். இரண்டாவது தன் சூழலை வாசிப்பை நோக்கித் திருப்புதல். இதற்கு பிரச்சார பீரங்கியாக ஆகவேண்டும் என்றில்லை. வாசியுங்கள் எனச் சொல்லி ஒருவரை வாசிக்க வைக்கவே முடியாது. மாறாக நீங்கள் பேசும் ஒவ்வொரு நபரிடமும் அவரது ஆர்வத்திற்கேற்ற நூலை, ஆசிரியரைக் குறிப்பிட்டு பேசினாலே போதும். சிறந்த கதைகளின் கருவை நண்பர்களிடம் பகிர்ந்துகொண்டாலே போதும். ஒருநாள் என் மகள் இளவெயினிக்குச் சொல்ல குழந்தைகளுக்கான கதைகள் என்னிடம் ஸ்டாக் தீர்ந்துவிட்டது. பிரமிள் எழுதிய 'குழந்தைக்கை திருடன்' கதையை சுருக்கிச் சொன்னேன். அவள் பரவசமாகிவிட்டாள். "இந்த எழுத்தாளரின் நூல் நம் வீட்டில் உண்டா?" என்றாள். நான், "உண்டு. ஆனால், அதை வாசிக்க உனக்கு குறைந்தது 16 வயதேனும் ஆகவேண்டும்" என்றேன். நள்ளிரவில் விழித்துப் பார்க்கிறேன். புத்தக அலமாரியை உருட்டிக்கொண்டிருக்கிறாள். இப்போது அசோகமித்திரன், தி. ஜானகிராமன், ஜெயமோகன் எழுதிய கதைகளை குழந்தைகளுக்கு ஏற்றவாறு சுருக்கிச் சொல்லிக்கொண்டிருக்கிறேன். என் தோழிகளுக்கு பால் ஸக்கரியாவின் 'கரடி' கதையைச் சொல்லி யிருக்கிறேன். கல்பற்றாவின் 'சுமித்ரா' கதையைச் சொல்லி யிருக்கிறேன். பிறகு அவர்கள் இலக்கிய சாமியாடிகளாகவே ஆகிவிடுவார்கள். அலுவலக மீட்டிங்குகளிலும்கூட மார்க்கெட்டிங், சேல்ஸ், நிர்வாகம் தொடர்பான எனது மேற்கோள்களின் வழியாக புத்தக வாசிப்பிற்குள் நுழைந்தவர்கள். நான் குறிப்பிடும் பயண

நூல்களை வாசித்து பயணம் செய்வதையே வாழ்வின் முதன்மை நோக்கமாகக் கொண்டவர்கள் ஏராளம் உண்டு. "வணக்கம்; நல்லா இருக்கீங்களா? இப்போ என்ன வாசிச்சுக்கிட்டிருக்கீங்க?" – இதுதான் நான் ஒவ்வொருவரிடமும் கேட்கும் குசல விசாரிப்பு.

நீங்கள் நல்ல வாசகன் எனில் இன்னொருவனை வாசிக்கச் சொல்லாதீர்கள். வாசித்ததைச் சொல்லுங்கள். போதும்.

பரிந்துரைப் பட்டியல்

பல கல்லூரி மாணவர்கள் என்னிடம் பரிந்துரைப் பட்டியல் கேட்பார்கள். இது என் தனிப்பட்ட ஆர்வத்தை ஒட்டி நான் பரிந்துரைக்கும் நூல்கள். இணையத்தில் இதைவிட சிறந்த தரத்தில் ஏராளமான பட்டியல்கள் பிரபல ஆசிரியர்களால் உருவாக்கப்பட்டவை கிடைக்கின்றன. 100 சிறந்த நாவல்கள், 30 வயதிற்குள் வாசிக்க வேண்டிய நூல்கள், உலகின் முக்கியமான 100 நூல்கள், உலகை மாற்றிய நூல்கள் என விதம் விதமான பட்டியல்கள் உண்டு. எவரும் தேடியெடுத்து ஒவ்வொன்றாக வாசிக்கத் தொடங்கலாம்.

1. கல் மேல் நடந்த காலம் – சு. தியோடர் பாஸ்கரன்
2. அக்னிச் சிறகுகள் – அப்துல் கலாம்
3. தென்னாப்பிரிக்காவில் காந்தி
4. Rich Dad Poor Dad - Robert Kiyosaki
5. The Art of War - Sunzi
6. Steal Like an Artist - Austin Kleon
7. என் இளமைக்கால நினைவுகள் – ஓஷோ
8. புதுமைப்பித்தன் சிறுகதைகள்
9. ஜெயகாந்தன் சிறுகதைகள்
10. அசோகமித்திரன் சிறுகதைகள்
11. ஓலைப்பட்டாசு சிறுகதைத் தொகுதி, கற்றதும் பெற்றதும் – சுஜாதா

12. புயலிலே ஒரு தோணி, கடலுக்கு அப்பால் – ப. சிங்காரம் நாவல்கள்
13. Ogilvy David Advertising Books
14. இன்றைய காந்தி, சங்கச் சித்திரங்கள், இந்து ஞான மரபில் ஆறு தரிசனங்கள், அறம் சிறுகதைத் தொகுப்பு – ஜெயமோகன்
15. திருடன் மணியன்பிள்ளை – ஜி. ஆர். இந்துகோபன்
16. சு. தியோடர் பாஸ்கரனின் சூழியல் நூல்கள்
17. அன்னா கரினீனா, போரும் வாழ்வும் – லியோ டால்ஸ்டாய்
18. குற்றமும் தண்டனையும், அசடன் – பியோதர் தஸ்தாயெவ் ஸ்கி
19. The Magic Mountain & Thomas Mann
20. ரேமண்ட் கார்வர் கதைகள்
21. ஆண்டன் செகாவ் கதைகள்
22. என் சரித்திரம் – உ. வே. சாமிநாதய்யர்
23. The 7 Habits of Highly Effective People - Stephen R. Covey
24. Nudge - Richard Thaler
25. மூதாதையரைத் தேடி – சு.கி.ஜெயகரன்
26. இந்திய வரலாறு: காந்திக்குப் பிறகு – ராமச்சந்திர குஹா
27. எமதுள்ளம் சுடர் விடுக – பிரபஞ்சன்
28. தேசாந்திரி – எஸ். ராமகிருஷ்ணன்
29. ஆழமான கேள்விகள் அறிவார்ந்த பதில்கள் – ஸ்டீபன் ஹாக்கிங்
30. உருவாகி வரும் உள்ளம் – விளையனூர் எஸ். ராமச்சந்திரன்
31. சேப்பியன்ஸ் – யுவால் நோவா ஹராரி
32. ஹோமோடியஸ் – யுவால் நோவா ஹராரி
33. கோபல்ல கிராமம் – கி. ராஜநாராயணன்
34. அ. முத்துலிங்கம் சிறுகதைகள் – வியத்தலும் இலமே
35. சோஃபியின் உலகம் – யொஸ்டைன் கார்டேர்
36. வந்தார்கள் வென்றார்கள் – மதன்
37. குருதிப்புனல் – இந்திரா பார்த்தசாரதி
38. இந்தியப் பயணங்கள் – ஏ. கே. செட்டியார்

39. காலை எழுந்தவுடன் தவளை – பிரையன் டிரேசி
40. சுதந்திரத்தின் நிறம் – லாரா கோப்பா
41. கொங்குதேர் வாழ்க்கை – 2 (நவீன தமிழ்க் கவிதைகளின் தொகுப்பு)
42. மோக முள் – தி.ஜானகிராமன்
43. பொன்னியின் செல்வன் – கல்கி
44. எட்டுத் திக்கும் மதயானை, கம்பனின் அம்பறாத்தூணி – நாஞ்சில்நாடன்
45. புளியமரத்தின் கதை – சுந்தர ராமசாமி
46. சிலப்பதிகாரம்
47. காவல் கோட்டம் – சு. வெங்கடேசன்
48. வேலையைக் காதலி – ஆர். கார்த்திகேயன்
49. அப்பம் வடை தயிர் சாதம் – பாலகுமாரன்
50. யேசு கதைகள் – பால் ஸக்காரியா

நீங்கள் வாசிப்பிலும் வாழ்க்கையிலும் உயர என் நெஞ்சார்ந்த வாழ்த்துக்கள்!

செல்வேந்திரன்

22-08-1982-ல் தூத்துக்குடி மாவட்டத்திலுள்ள சாத்தான்குளத்தில் பிறந்தார். குடும்பச் சூழலால் பள்ளிப் படிப்பு பாதியில் தடைபட்டது. அப்பா நடத்திய தீப்பெட்டி ஆபீஸ்ஸில் வேலை பார்த்தார். தொலைதூர கல்வித் திட்டத்தில் அரசியல் அறிவியலில் தேர்ச்சி பெற்றார். 2004 முதல் 2008 வரை ஆனந்தவிகடன் குழுமத்தின் சர்க்குலேசன் பிரிவில் பணியாற்றினார். 2009-லிருந்து தி ஹிண்டு குழுமத்தின் விற்பனை மற்றும் வினியோகப் பிரிவில் பணி.

தமிழில் வலைப்பூ எழுத்து ஓர் அலையாகக் கிளம்பியபோது தீவிரமாக இயங்கியவர்களுள் இவரும் ஒருவர். ஆனந்த விகடனில் இவர் எழுதிய 'முடியலத்துவம்' தொடர் பெருவாரியான வாசகர்களின் கவனத்தை ஈர்த்தது. தொடர்ந்து தமிழின் முன்னணி அச்சு ஊடகங்களில் கட்டுரைகள், கதைகள் எழுதி வருகிறார். வாசிப்பின் அவசியம், தற்காலத் தமிழிலக்கியம் குறித்து மாணவர்கள் மத்தியில் உரையாற்றி வருகிறார்.

முடியலத்துவம், பாலை நிலப் பயணம், வாசிப்பது எப்படி?, நகுமோ லேய் பயலே, உறைப்புளி ஆகிய நூல்களை எழுதியுள்ளார். வாசிப்பது எப்படி நூல் ஆங்கிலத்தில் *'How to Read?'* எனும் பெயரில் மொழிபெயர்க்கப்பட்டுள்ளது.

மனைவி திருக்குறளரசி. மகள்கள் இளவெயினி, இளம்பிறையுடன் கோவையில் வசித்து வருகிறார்.

www.ingramcontent.com/pod-product-compliance
Lightning Source LLC
LaVergne TN
LVHW040340220726
843864LV00013B/766

* 9 7 8 9 3 8 8 8 6 0 8 5 7 *